അ ക്ഷര

-The Blackbook of Herstory

J C LUTHER

J C LUTHER

Lutetium:

Lutetium is a chemical element.
It has the symbol Lu and atomic number 71.
It is a silvery white metal, which resists corrosion in dry air, but not in moist air.

അ ക്ഷര

-The Blackbook of Herstory

J C LUTHER

1

ഇപ്പോൾ ശുക്ര ഗ്രഹത്തിൽ തമ്പടിച്ചിരിക്കുന്ന എലോഹിം ഒന്നിനാലും ശ്രദ്ധതെറ്റിയവർ ആയിത്തീർന്നില്ല. ശുക്രന്റെ ഇപ്പോഴത്തെ സ്ഥിതിയോ അത് പണ്ട് എത്ര സുന്ദരമായിരുന്നു എന്നതോ. അവിടെ സംഭവിച്ച കയോസോ, നടന്ന യുദ്ധമോ ഉണ്ടായ രക്തച്ചൊരിച്ചിലോ ഒന്നും അവരെ ഇപ്പോൾ വിഷമിപ്പിച്ചില്ല. അല്ലെങ്കിൽ അവർ അങ്ങനെ ഭാവിക്കുന്നു. ചുമന്നുപോയ ആ മണ്ണിൽ അത് തിരിച്ചറിഞ്ഞ് നിൽകുമ്പോൾ അവരുടെ ഇപ്പോഴത്തെ ലക്ഷ്യം ശുക്രൻ അല്ല അത് ഭൂമി ആണ് - തിരഞ്ഞെടുക്കപ്പെട്ട അടുത്ത ഗ്രഹം.

അവിടെയും കാര്യങ്ങൾ താളം തെറ്റി കിടക്കുകയാണ് പക്ഷേ നന്നാക്കാൻ പറ്റാത്തതല്ല. 'അല്ലെങ്കിലും ഏലോഹിമിനെ സംബന്ധിച്ച് നന്നാക്കാൻ പറ്റാത്തത് എന്നൊന്ന് ഇല്ല' എന്നത് ഉച്ചത്തിൽ പ്രഖ്യാപിക്കുന്നപോലെ, ഭൂമി ഇപ്പോൾ ആവശ്യപെടുന്നതിലും കൂടുതൽ ചെയ്യ്വാൻ കഴിവുള്ള തങ്ങളുടെ പുരുഷന്മാരെ അവർ ഇതിനോടകം തന്നേ ഭൂമിക്ക് നേരേ അയച്ചുകഴിഞ്ഞിരുന്നു. ആ പോയ അവരോ, ഇപ്പോൾ അനേകം ആഴ്ചകളായി അവർ ഭൂമിക്കു പ്രദിക്ഷണം വെച്ച് അതിന് വെളിയിൽ നിന്നും അതിനെ മനസിലാക്കാവുന്നതിന്റെ പരമാവധി മനസ്സിലാക്കിയും കഴിഞ്ഞിരുന്നു. അത് അവർ എലോഹിമിനെ അറിയിച്ചിട്ടും എലോഹിമിൽ നിന്നും അവർക്ക് നിരന്തരമായി ചെന്നുകൊണ്ടിരുന്ന

സന്ദേശം തന്നേ വീണ്ടും ചെന്നുകൊണ്ടിരുന്നു. "അനുവദിക്കും വരെ ആ ഗ്രഹത്തിന്റെ ഏഴ് പാളികൾ ഉള്ള അന്തരീക്ഷത്തിന്റെ പുറം പാളികളിലേക്കു പോലും കടക്കരുത്."

എന്നാൽ അവരുടെ എല്ലാം മുൻ ഡാറ്റകളിലും നിന്ന് വിഭിന്നമായി ആ അന്തരീക്ഷത്തിന് പാളികൾ എന്ന തരംതിരിവ് ഇപ്പോൾ ഉണ്ടായിരുന്നില്ല, [എന്നോ എന്തോ വന്ന് പതിച്ചതിനാൽ [എന്നപോലെ]] ആകെ പുകകളും പൊടിപടലങ്ങളും നിറഞ്ഞ് കുഴഞ്ഞുമറിഞ്ഞ അവസ്ഥയിലായിരുന്നു അത് കാണപ്പെട്ടത്. അതിനാൽ ഭൂമിക്ക് പുറത്തുനിന്നു പെട്ടന്ന് അതിന്റെ ഉപരിതലത്തെ കുറിച്ച് മനസിലാക്കാനും സാധിക്കുമായിരുന്നില്ല.

എങ്കിലും എലോഹിമിന്റെ ഉത്തരവ് ലംഘിക്കാതെ അവർ ഭൂമിക്ക് പുറത്തുനിന്നുകൊണ്ടുതന്നേ ടെലിസ്കോപ്പുകളാലും സാറ്റലൈറ്റ് കണ്ണുകളാലും അവർ ആവശ്യപ്പെട്ടിരുന്ന പ്രകാരം അതിന്റെ ഉപരിതലത്തിൽ എന്തോ ചിലത് അന്വേഷിക്കുവാൻ തുടങ്ങി. ഭൂമിയിൽ ദിവസങ്ങളും ആഴ്ചകളും കടന്ന് പോയിക്കൊണ്ടിരുന്നു.

ആ അന്തരീക്ഷത്തിന് പുറത്ത് വലിയ അളവിൽ ജലം നീരാവിയായി നിലകൊള്ളുന്നുണ്ടായിരുന്നു. അത് ഭൂമിയോട് അടുത്ത് സഞ്ചരിച്ചിരുന്ന അവരുടെ പേടകത്തിനു പല കേടുപാടുകളും, അവർക്ക് പല ബുദ്ധിമുട്ടുകളും ആരോഗ്യപ്രശ്നങ്ങളും ഉണ്ടാക്കുന്നുണ്ടായിരുന്നു.

അങ്ങനെ അവർ ജോലി തുടങ്ങിയിട്ട് ശുക്രനിൽ ഏകദേശം കാൽ ദിവസം ആകാറായി.

2

അവിടെ അഭയം തേടിയിരുന്നവർ - അവിടെയുള്ള അഭയാർത്ഥികൾ, അവർ ആ ഗ്രഹത്തോട് പൊരുത്തപ്പെട്ടു കഴിഞ്ഞിരുന്നു ഭൂമി എന്ന ആ പുതിയലോകം അവർക്ക് ഇപ്പോൾ പുതിയതായിരുന്നില്ല. ആ പരുക്കൻ കാലാവസ്ഥയിലും ആ ഗ്രഹത്തെ അവർ ഗ്രഹം എന്ന് വിളിച്ചു. ഇപ്പോഴത്തേക്കെങ്കിലും.

അവർ ആഹാരത്തിനായി ഭൂമിയിലെ ജന്തുക്കളെ വേട്ടയാടി, മരങ്ങളിൽ നിന്നും പഴങ്ങൾ ശേഖരിച്ചു, ഉരുളങ്കിഴങ്ങുകൾ- അത് അവർക്ക് പറ്റുന്നിടത്തൊക്കെ അവർ കൃഷി ചെയ്തു. എങ്കിലും അവർ അമിതമായി സഞ്ചരിച്ചിരുന്നില്ല ആ കടലിന്റെ പരിസരത്തേക്ക് അവർ ഒരു കാരണവശാലും പോകുമായിരുന്നും ഇല്ല.

ഭൂമിയിലെ വർഷങ്ങൾ അവരെ അതിന്റെ അവസ്ഥകളോട് മനോഹരമായി പൊരുത്തപ്പെടുത്തി എടുത്തിരുന്നു. തുറുങ്കിലടയ്ക്കപ്പെട്ട തങ്ങളുടെ സഹോദരന്മാരെ അവർ ഇപ്പോഴും ഓർക്കുന്നുണ്ടാകും, എങ്കിലും പക്ഷേ അവർ ഇപ്പോൾ സമാധാനപൂർവ്വം ജീവിക്കുകയാണ്. (ആവാം.)

അവരെ ആകാശങ്ങളിൽ നിന്ന് മറച്ചുപിടിച്ചിരുന്ന അന്തരീക്ഷത്തിലൂടെ താഴെ ഭൂമിയിലേക്ക് പാടുപെട്ട് നോക്കികൊണ്ടിരുന്ന കണ്ണ് അവരേയും കണ്ടു. ആ ദൃഷ്ടി അവരുടെമേലും വീണു.

അല്പസമയത്തിനകം ആകാശത്തുനിന്നും ഒരു സന്ദേശം ശുക്രനിലേക്കു പുറപ്പെട്ടു പോയി… "ഞങ്ങൾ അവരുടെ കോളനികൾ കണ്ടെത്തി. ഞങ്ങൾ അവരെ കണ്ടെത്തി"

അപ്പോൾ അവർ അവിടെനിന്നും അയക്കപ്പെട്ടിട്ടു ശുക്രനിൽ ഒരു ദിവസം പോലും പൂർത്തിയായിരുന്നില്ല. ആ സന്ദേശം ശുക്രനിൽ എത്തിയപ്പോൾ അവിടെ അത് ചില ഗൗരവ ചലനങ്ങൾക്കു തുടക്കം കുറിച്ചു. ഒരുപക്ഷേ അതിനായിയായിരുന്നു അവർ കാത്തിരുന്നത് എന്നപോലെ, അവിടെ ഒരാളുടെ പേർ ഉച്ചത്തിൽ വിളിക്കപ്പെടുന്നത് കേട്ടു, മിഖായേൽ.... മിഖായേൽ... മിഖായേൽ ,,,,!!!!

അത് ഉച്ചരിക്കപ്പെട്ടപ്പോൾ, അപ്പോൾ..

അവിടെ, വളരെ വലിപ്പമേറിയവനും വീരനും, ലക്ഷണമൊത്തവനും, കൂറ്റൻ കൈകളും നീളൻ മുടിയിഴകളും ഉള്ളവനും അതികഠിനമായ പടച്ചട്ടകൾ ധരിച്ചവനുമായ ഒരു യോദ്ധാവ് വേഗത്തിൽ ഉള്ള കാൽവെപ്പുകളോടെ ആ തറയെ കുലുക്കിക്കൊണ്ട്, തീപ്പൊരി ചിതറുമാറ് തന്റെ വാൾ അതിന്റെ ഉറയിലേക്കു നിരക്കിക്കേറ്റി നടന്നടുത്തു.

അവന്റെ പിന്നിലോ ലെഗിയോനുകൾ, ലക്ഷക്കണക്കിന് ശൂരന്മാരുടെ ലെഗിയോനുകൾ അണി നിരന്ന് ചുവടുവെച്ച് വരുന്നുണ്ടായിരുന്നു. അവർ എല്ലാവരും, സർവ്വസമയവും സജ്ജമാക്കി നിർത്തിയിടാറുണ്ടായിരുന്ന ഒരു ആകാശ കപ്പലിലേക്ക് പാഞ്ഞുകയറി. ശേഷം അതിന്റെ വാതിലടഞ്ഞ് മുദ്ര വീണപ്പോൾ അത് ഉയർന്നുപൊങ്ങി. അതിവേഗത്തിൽ ഭൂമിക്ക് നേരേ അത് നീങ്ങി.

ആ സന്ദേശം അയച്ച ആ പുരുഷന്മാർ ഇപ്പോൾ, മിഖായേൽ പുറപ്പെട്ടിരിക്കുന്ന കപ്പലിൽനിന്നും വളരെ വിഭിന്നമായ സാങ്കേതികവിദ്യയാൽ വളരെ വ്യത്യസ്തമായി നിർമ്മിക്കപ്പെട്ടിട്ടുള്ള അവരുടെ ആകാശക്കപ്പൽ ഭൗമസ്ഥിരമായി ആകാശത്തു സ്ഥിരപ്പെടുത്തി കണ്ണിമചിമ്മാതെ ഭൂമിയിൽ കണ്ടെത്തിയ അഭയാർഥികളെ തന്നേ നോക്കി ഇരിക്കുകയായിരുന്നു.

ആ ലെൻസുകളിൽ കൂടെ കാണുന്ന കാഴ്ച്ചകളിൽ അവർക്ക് ഭൂമിയിൽ അന്ന് ആ സമയം, എന്തോ ഒരു ആഘോഷ ദിവസമായിരുന്നു അവർ എല്ലാംതന്നെ അവിടെ സന്നഹീതരായിരുന്നു. അവർ ഭൂമിയിൽ ആകാശങ്ങളെ അറിയാതെ സന്തോഷിക്കുകയായിരുന്നു.

അവർ ആഘോഷിച്ചുകൊണ്ടിരിക്കവെ, കണ്ണുകൾ ആകാശത്തു നിന്ന് താഴേയ്ക്ക് നോക്കവെ, ആ കാഴ്ചകൾ കാണവെ, മിഖായേലും വൻസൈന്യവും ഭൂമിയിൽ ഇറങ്ങി. അവർ ഭൂമിയിൽ ആ സ്ഥലത്തേയ്ക്കു കവാത്ത്നടത്തി അവിടെ ആ ആൾക്കാർക്കിടയിലേക്ക് ഇരച്ചു കയറി വേഗം ഒരു പ്രത്യേക വ്യക്തിയെ ചുറ്റിവളഞ്ഞു. ഇതെല്ലാം മിന്നൽവേഗത്തിൽ നടന്നതിനാൽ മിക്കവരും ഒന്നും മനസിലാകാതെ കുഴങ്ങി നിൽക്കുകയായിരുന്നു. പക്ഷേ ആ പട്ടാളക്കാർ ഒരാൾ പോലും അങ്ങനെ ആയിരുന്നില്ല, മിഖായേൽ അങ്ങനെ ആയിരുന്നില്ല, ചുറ്റിവളയപ്പെട്ട ആ വ്യക്തിയും ഒട്ടുമേ അങ്ങനെ ആയിരുന്നില്ല.

ആ ചുറ്റിവളയപ്പെട്ട വ്യക്തി നീണ്ടവനും അപൂർണ്ണമായി എരിയപ്പെട്ടപോലെ കരുവാളിച്ചവനും ആയിരുന്നു, അവന്റെ ലക്ഷണങ്ങളിൽ നിന്നും അവൻ ഒരിക്കൽ, സുന്ദരനായിരുന്നു എന്ന തെളിവുകൾ ലഭിക്കുന്നുണ്ട്. അവന്റെ ദേഹത്തുനിന്നും ആഭരണങ്ങൾ പറിച്ചുമാറ്റപ്പെട്ടതിന്റെ പാടുകൾ ഉണ്ട്. അവന് മുതുകിൽ മുറിവേറ്റിട്ടുണ്ട്.

മിഖായേൽ ഇപ്പോൾ ആ വ്യക്തിയുടെ നേർക്ക് കൂടുതൽ അടുത്തു അവരുടെ കണ്ണുകൾ തമ്മിൽ തമ്മിൽ നോക്കി കണ്ടു.

ഇപ്പോൾ ആ അഭയാർത്ഥികൾ ശബ്ദമുയർത്തി. അവർ പ്രതിഷേധത്തിന്റെ ശബ്ദം ഉയർത്തി.

അത് സംഭവിച്ചപ്പോൾ..

മിഖായേൽ തന്റെ വാൾ അതിന്റെ ഉറയിൽ നിന്നും ആഞ്ഞു വലിച്ചെടുത്തു. ആ പ്രവർത്തിയാൽ തീപ്പൊരി അവിടെയെല്ലാം ചിതറവേ. യുദ്ധവീരനാം മിഖായേൽ, അത് ആ വ്യക്തിയുടെ നേരെ കാട്ടി. പെട്ടന്ന് അവന്റെ ആ മുറിവ്, പുറത്തു ഉള്ള ആ അറ്റുപോയ ചിറകിന്റെ കുറ്റിയിൽ ഉള്ള ആ മുറിവ്, വളരെ ശക്തമായി രക്തം ഒഴുക്കുവാൻ തുടങ്ങി. ആ മുറിവിന് ഓർമ ശക്തി ഉള്ളത് പോലെയും അത് അതിന്റെ സൃഷ്ടാവിനെയും സൃഷ്ടിക്കപ്പെട്ട ആ ദിവസത്തെയും ഓർക്കുന്ന പോലെയും.

ആ വാൾ പതിയെ എങ്കിലും ചുട്ടുപഴുത്ത് തുടങ്ങുന്നതും, രക്ത ചുവപ്പാകുന്നതും തീനിറമാകുന്നതും എതിർത്തവരും സർവ്വരും കണ്ടു. ഉഗ്രരൂപം പ്രാപിക്കുന്ന ആ വാളിന്റെ ദർശനത്താൽ കൂടിനിന്നവർ സർവ്വരും പുറകോട്ട് മാറി.

അങ്ങനെ ആ വ്യക്തി പിടിക്കപ്പെട്ടു.

അവനെ എവിടെയോ ഉള്ള ഏതോ നിഗൂഢ സ്ഥലത്തിന്റെ അന്തരംഗങ്ങളിൽ ഒരു മലയുടെ അടിവാരത്തിൽ ഉള്ള, തുരന്ന് നിർമിക്കപ്പെട്ട അതിസുരക്ഷിതമായ ഒരു കല്ലറയിലേക്ക് അവർ കൊണ്ടുപോയി.

ബാക്കിയുള്ളവരിൽ എതിർപ്പിന്റെ ഭാവങ്ങൾ പ്രകടിപ്പിച്ചവരെയും ഏറ്റവും ഭയപ്പെട്ടു നിന്നിരുന്നവരെയും ആദ്യമേതന്നേ ആ സൈന്യം ശ്രദ്ധിച്ചു വെച്ചിരുന്നു. ആ തടയാളിയെ കൊണ്ട് പോയ ശേഷം അവർ ആ ജനങ്ങളിൽ എതിർത്തവരെ എല്ലാം ബന്ധിച്ചു വേറൊരു ആകാശപേടകത്തിൽ കേറ്റി. എവിടയോ ഉള്ള, ഒത്തിരി ആളുകളെ ഉൾക്കൊള്ളുന്ന ഒരു കാരാഗ്രഹത്തിലേക്ക് അതും പുറപ്പെട്ടു. നിർവികാരതയോടെ നിന്നിരുന്നവരെയോ, അവരെ അവർ ഭൂമിക്ക് വെളിയിൽ എവിടേക്കോ പിടിച്ചുകൊണ്ടുപോയി ഇല്ലാതെ ആക്കി കളഞ്ഞു.

ഇപ്പോൾ അവശേഷിച്ചത് ആ ഏറ്റവും ഭയന്നു നിന്നിരുന്നവർ മാത്രമായിരുന്നു. അവരെ അവർ അടിമകളാക്കി. അവിടെ തന്നേ നിർത്തി.

കാരണം തങ്ങൾ അവിടെ ചെയ്യാൻപോകുന്ന എർത്ത് പ്രോജക്ടിന് മാൻപവർ ധാരാളം വേണമായിരുന്നു. ആ ഭൂമിയുടെ അപ്പൊഴത്തെ അവസ്ഥായോട് വളരെ പൊരുത്തപ്പെട്ടു കഴിഞ്ഞിരുന്ന അവർ തന്നെയായിരുന്നു അതിന് ഉത്തമം എന്ന് അവർക്ക് തോന്നി,

അത് മാത്രവുമല്ല, ഭാവിയിലെ പല ആവശ്യങ്ങൾക്കും അവരുടെ ആ ജനിറ്റിക്സ് ഉപയോഗപ്പെടുത്താം എന്നും പുറത്ത് ആകാശത്തിൽ പ്രദിക്ഷണം ചെയ്തുകൊണ്ടിരിക്കുന്ന പുരുഷന്മാർ എലോഹിമിനോട് ഒരു അഭിപ്രായം മുന്നോട്ടുവെയ്ക്കുകയും എലോഹിം അത് അംഗീകരിക്കുകയും ചെയ്തിരുന്നു.

അങ്ങനെ, അധികം വൈകാതെ ഭൂമിയിൽ തങ്ങളുടെ ചില പ്രവർത്തനങ്ങൾ ആരംഭിക്കാൻ ചിലർ എത്തുമെന്നും അത് വരെ ഒറ്റപെട്ട് ഭയന്ന് ആ മറവിടങ്ങളിൽ കഴിഞ്ഞുക്കൊള്ളൂ എന്നും ആ സൈന്യത്തിൽ നിന്നും ആ തിരഞ്ഞെടുക്കപ്പെട്ട അടിമകൾക്ക് അറിയിപ്പ് കിട്ടി.

സൈന്യം തിരികെ പോയി.

ഏതാനം ദിവസങ്ങൾ കഴിഞ്ഞു.

തങ്ങളുടെ ആദ്യഘട്ട ജോലികൾ തീർത്തു ഭൂമിക്കുവെളിയിൽ കാത്തുനിൽക്കുന്ന ആ പുരുഷന്മാർക്ക് ഭൂമിയിലേക്ക് പ്രവേശിച്ചുകൊള്ളാൻ അനുവാദം ലഭിച്ചു.

അതിനാൽ ഇതാ. ഇതാ അവർ വരുന്നു.....

+++

ആ ആകാശകപ്പലിൽ നിന്നും ഒരു ചെറു പേടകത്തിൽ അങ്ങനെ ആ പുരുഷന്മാർ എല്ലാം ആ ജല ആവിയും അന്തരീക്ഷവും കടന്ന് ഭൂമിയിലേക്ക് പറന്നിറങ്ങി. അത് ഭൂമിയിൽ ഉറച്ചുനിന്നപ്പോൾ അതിന്റെ വാതിൽ തുറന്നു. അ പുരുഷന്മാർ ഭൂമിയിലേക്ക് നടന്നിറങ്ങി.

ചുരുണ്ട് കിടക്കുന്ന നീണ്ട താടിയുള്ള ആ പുരുഷന്മാർ അങ്ങനെ, ഭൂമിയിൽ വന്നു. അതിൽ നിന്നു. അതിനെ കണ്ടു.

അവർക്ക് നിർമ്മിക്കുകയും സൃഷ്ടിക്കുകയും മാറ്റം വരുത്തുകയും ചെയ്യുവാൻ അവരുടെ കൈകളിൽ ലഭിച്ചിരിക്കുന്ന ആ റോ സ്പേസ് അവർ ഇപ്പോൾ നിരീക്ഷിക്കുമ്പോൾ, അവർ ഏഴ് പേരുടെയും കണ്ണുകൾ തിളങ്ങി.

അവരുടെ ക്രഫ്ട്മാൻഷിപ് എലോഹിമിനെ - അവരെ അങ്ങോട്ട് അയച്ചവരെ, ആ 'എർത്ത് പ്രോജെക്കിന്' സമ്പത്ത് മുടക്കുന്നവരെ, കാണിച്ച് കൊടുക്കുവാൻ അവർക്ക് കിട്ടിയ സുവർണ്ണാവസരം.

അവിടെനിന്ന് നോക്കിയപ്പോൾ, ഓളങ്ങളും പതയുന്ന ചെറു തിരകൾ അടിക്കുന്ന ഉപരിതലവും ഉള്ള ശാന്തമായ ആ ആദിമ കടൽ സുന്ദരം എങ്കിലും ഭയാനകമായി അവർക്ക് കാണപ്പെട്ടു. എങ്കിലും അത് ഉള്ളിൽ ഒളുപ്പിക്കുന്ന മായാജാലവും അപകടവും രഹസ്യങ്ങളും ഒരിക്കലും അവരുടെ സങ്കൽപ്പത്തിൽ പോലും വന്നിരുന്നില്ല.

[പിന്നീട് അത് അവരുടെ പ്രവർത്തികൾ മൂലം അവരുടെ മുൻപിൽ വളരെ അക്രമാസക്തമായ രീതിയിൽ വെളിപ്പെടുവാൻ ഇടയാവുകയും ചെയ്തു എന്നത് ചരിത്രം.]

3

ആ ലോകത്ത് കപ്പലിറങ്ങിയ ശേഷം വർഷങ്ങൾ അവർ ആ മണ്ണിൽ അലഞ്ഞു. ആ ഭൂമിയേയും അവിടെ നിലനിൽക്കുന്ന ജന്തുക്കളെയും മറ്റു ജീവജാലങ്ങളെയും എല്ലാം അവർ ഡോക്യുമെന്റ് ചെയ്തു, ചർച്ചചെയ്തു. പദ്ധതികളും രൂപരേഖകളും അവർ ഉണ്ടാക്കി സ്ഥിരമായി എലോഹിമിനെ സ്ഥിതിഗതികൾ ഒക്കെയും അറിയിച്ചുകൊണ്ടും ഇരുന്നു.

ഈ കാലയളവിനുള്ളിൽത്തന്നേ 'വർക്കേഴ്സ്' ആവേണ്ട, അഭയാർത്ഥികളായി എത്തി അടിമകളായവരെ, തങ്ങൾ ഉദ്ദേശിക്കുന്ന നിലവാരത്തിനൊത്ത സംസ്കാരം അവരിൽ ഉണ്ടാക്കി എടുക്കുവാനായി കൗൺസിൽ ചെയ്യുകയും മയക്കുമരുന്നുകൾ കുത്തിവെച്ചും മറ്റും ചികിത്സിക്കുകയും ഓക്കെ ചെയ്ത് അവസാനം ആ വന്ന മനുഷ്യർ രൂപാന്തരപ്പെടുത്തി എടുത്തിരുന്നു.

അങ്ങനെ ഇപ്പോൾ കൂടുതൽ സോഷ്യൽ ആയിത്തീർന്നിരുന്ന അവർ ആ ഏഴു പേർക്കും സ്ഥലങ്ങൾ കാട്ടിക്കൊടുക്കുകയും ആ സ്ഥലങ്ങളെയും പല ജന്തുക്കളെയും പറ്റിയും ഉള്ള തങ്ങളുടെ അനുഭവങ്ങളും വിശ്വാസങ്ങളും പങ്കുവെക്കുകയും ഒക്കെ ചെയ്ത് അവർക്ക് ഗൈഡ് ആയി പ്രവർത്തിച്ചു.

കേൾക്കുമ്പോൾത്തന്നേ പക്ഷേ നീളൻ താടിക്കാരായ ആ ഏഴ് അനുനാക്കികൾക്കും ശാസ്ത്രീയമായ വിശകലനത്തിലൂടെ പൊളിച്ചുകളയാൻ സാധിച്ചിരുന്നു എങ്കിലും ആ ഭൂമിയിൽ അവർ അറിഞ്ഞ പലതിനെ പറ്റിയും അവർക്ക് മിത്തുകളും പഴങ്കഥകളും ചുരുളഴിയാത്ത രഹസ്യങ്ങളും ഒരുപാട് പറയുവാൻ ഉണ്ടായിരുന്നു.

അവർ കിഴക്കോട്ടു സഞ്ചരിച്ചു. തങ്ങളുടെ ആവശ്യങ്ങൾക്കു യോജിക്കുന്ന ഭൂമി അവിടെ ആ അനുനാക്കികൾ

കണ്ടെത്തിയപ്പോൾ പച്ചപ്പുൽപ്പുറം എന്ന്, ഗൈഡായി പ്രവർത്തിച്ച ആ കൂട്ടരുടെ ഭാഷയിൽ അർത്ഥമുള്ള 'അബ്ഗനെഹശു' എന്ന ആ ഭൂമിയും ആ കൂട്ടർക്ക് അങ്ങനെ ഉള്ള ഒരു പ്രദേശമായിരുന്നു.

അത് വെള്ളം കേറി കിടക്കുന്ന ഒരു പ്രദേശം. അവിടെ അനുനാക്കികൾ അവരുടെ ലാബും സ്റ്റേഷനും ആയ ഒരു തോട്ടം ഉണ്ടാക്കാൻ പോവുകയാണ്. അവിടെയവർ ഏറ്റവും മേൽത്തരമായ മരങ്ങളും ചെടികളും നടുകയും വളർത്തുകയും നിലനിർത്തുകയും ചെയ്യും അവിടെയാകും എലോഹിം ഭൂമി സന്ദർശിക്കുമ്പോൾ വിശ്രമിക്കുക. അവിടെനിന്നും കാലാന്തരത്തിൽ ആ തോട്ടം നാല് വശത്തേക്കും പതിയെ വ്യാപിപ്പിക്കാനും രണ്ടാംഘട്ട പദ്ധതി ഉണ്ട്.

പക്ഷേ ആ 'വർക്കേഴ്സ്' വളരെ അതികം ഭയന്നിരുന്നു അവർ ജോലിചെയ്യുവാൻ തയാറായില്ല. കാരണം അവിടെ ഒരു അപകടം കിടപ്പുണ്ട് അതിനെ ശല്യം ചെയ്യുന്നത്, അതിന്റെ സൈ്വര്യത നശിപ്പിക്കുന്നത് കെയോസ് ഉണ്ടാക്കും. അവിടം വെള്ളം കേറി കിടക്കുകയാണെന്ന് നേരത്തേ തന്നേ പറഞ്ഞുവല്ലോ, അവിടെ വ്യാപിച്ചുകിടക്കുന്ന ആ വെള്ളം, അത് തന്നെയാണ് അവർ ഭയക്കുന്നവൻ. അവർ അതിനെ വിളിച്ചിരുന്നത് അബ്സു എന്നായിരുന്നു– അബ്സു, ആ ആദിമ കടലായ ടിയാമത്തിന്റെ ഭർത്താവോ ആൺ സുഹൃത്തോ ആയ അബ്സു.

4

അബ്സു എന്ന ആ മധുരിക്കുന്ന വെള്ളം അത് കെട്ടിനിൽക്കുന്ന ആ പ്രദേശത്തുനിന്നും, വളരെ വളരെ സാവധാനം, ഒഴുകി ടിയാമത്തിൽ പതിക്കും, അവർ ഒന്നുചേരും, പാൽ പോലെ വെളുത്ത പതയും ഓളങ്ങളും ഉണ്ടാക്കികൊണ്ടുള്ള ആ വീഴ്ചയിലൂടെ വിത്ത് ആകുന്ന മധുരജലം ടിയാമത്ത് എന്ന ആ ഗർഭപാത്രത്തിൽ ചെന്ന് ചേരുമ്പോൾ അത് ടിയാമത്തിനുള്ളിൽ അനേകം ചിന്താതീതവും അപകടകാരികളും ആയ ജീവികളെ സൃഷ്ടിക്കുന്നു. അങ്ങനെ സൃഷ്ടിക്കപ്പെട്ടവ ഒക്കെയും ആ കടലിനുള്ളിൽ തന്നേ ഉണ്ട്. അവ വളർന്നുകൊണ്ടും ഉറങ്ങിക്കൊണ്ടും ഒക്കെ ഇരിക്കുകയാണ്. അബ്സുവിനെ ശല്യം ചെയ്യുന്നതും അതിന്റെ സൃഷ്ടികർമ്മത്തിന്റെ ദിശയേയും ഒഴുക്കിനെയും തടസ്സപ്പെടുത്തുന്നതും അവൾക്കുള്ളിലുള്ള ആ ജീവനുകളെ ഉണർത്തും.

അടിമകൾ ഭയത്തോടെ എങ്കിലും ആ സ്ത്രീയോടും അവളിലേക്കൊഴുകുന്ന പുരുഷത്വത്തോടും ഉള്ള സർവ്വ ബഹുമാന ആദരവുകളോടെയും പറഞ്ഞപ്പോൾ അനുനാക്കികൾ ആ മണ്ടൻ കഥയ്ക്കു നേരെ പൊട്ടിച്ചിരിച്ചു. അവർ തങ്ങളുടെ പദ്ധതികളുമായി മുൻപോട്ട് പോകുക തന്നേ ചെയ്തു.

പക്ഷെ വിചിത്രം എന്ന് പറയട്ടെ അവർ രുചിച്ചു നോക്കിയപ്പോൾ ആ ജലം മധുരമുള്ളതു തന്നേ ആയിരുന്നു.

അവർ ആ ജലവും ആ മണ്ണും കൂടുതൽ പരിശോധിച്ചു. ആ മണ്ണ് അത്ഭുതകരമായ അളവിൽ ഫലഭൂയിഷ്ടവും ആ ജലം വളരെ നിഗൂഢവും ആണെന്ന് അവർ തിരിച്ചറിഞ്ഞു. ആ ജലത്തിൽ പലതിന്റെയും കോശങ്ങൾ ഉണ്ടായിരുന്നു. അതിനകത്തു പല വിചിത്ര രൂപത്തിൽ ഉള്ള പോളനുകളും വേറെ എങ്ങും

കണ്ടിട്ടില്ലാത്ത തരം പുരുഷ ബീജ കോശങ്ങളും അവർ കണ്ടു. ആ ജലവും മണ്ണും ഉപയോഗിച്ചാൽ ഒരു വൻ വനത്തെ ഒരു അത്യത്ഭുതകരമായ വളർച്ച തോതിൽ വളർത്തിയെടുക്കാൻ കഴിയും എന്നവർ തിരിച്ചറിഞ്ഞു അവർ മനസിലാക്കിയ രസകരമായ മറ്റൊരു വസ്തുത - ആ വെള്ളം അഥവാ കുടിക്കുകയാണെങ്കിൽ, അത് ഒരു ആഫ്രോഡീസിയാക്ക് കൂടിയാണ്, ഏറ്റം വീര്യമേറിയ ഒന്ന്.

വളക്കൂറുള്ള മണ്ണും വിചിത്ര ജലവും, നമ്മൾ ഏറ്റവും അനുയോജ്യമായ സ്ഥലം തന്നേ തിരഞ്ഞെടുത്തിരിക്കുന്നു. അവർ തമ്മിൽ പറഞ്ഞു.

എങ്കിലും ആ പോളൻ അംശങ്ങളുടെ നിഗൂഢത കൂടുതൽ പഠനവും ഗവേഷണവും ആവിശ്യപെടുന്നുണ്ട് എന്ന് അംഗീകരിച്ചുകൊണ്ട് അവർ അതും ഒരു വശത്ത് നടത്തുവാനുള്ള സമയം കണ്ടെത്തി.

"എന്തർത്ഥവത്തായാണ് അവർ അതിനെ വിത്ത്-ടിയാമത്തിലേക്കുള്ള ബീജം, എന്ന് വിളിക്കുന്നത് നമ്മൾക്ക് ഈ വെള്ളത്തിൽ നിന്നും മാത്രം ഈ ഭൂമി ജന്തുക്കളുടെ അപാരമായ വൈവിധ്യം കൊണ്ട് നിറയ്ക്കാം പക്ഷെ ഇവർക്ക്, പ്രാകൃതരായ അപരിഷ്കൃതരായ ഈ അടിമകൾക്ക് ഇതിനെ പറ്റി എങ്ങനെ അറിയാൻ കഴിഞ്ഞു" ആ പഠനം മുന്നോട്ട് പോകുന്നതിന്റെ ഏതൊക്കെയോ ഘട്ടങ്ങളിൽ അവർ തമ്മിൽ ഇത് പറഞ്ഞു.

അങ്ങനെ മൊത്തത്തിൽ അവർ ആ പ്രദേശം വളരെ പ്രോമിസിങ് എന്ന് കണ്ടതിനാൽ ഒട്ടും വൈകിക്കാതെ പണികൾ തുടങ്ങുവാനായി, ആ ഭൂമിയിലെ വെള്ളം വറ്റിച്ചു എടുക്കാൻ അവർ ഒരു പദ്ധതി ഉണ്ടാക്കി.

അവരുടെ ഇതുവരെയുള്ള നിരീക്ഷണത്തിൽ നിന്നും അവിടമാകെ വെള്ളം പൊങ്ങി നിന്നിരുന്നെങ്കിലും ടിയാമത്തിലേക്ക് ഉള്ള ഒഴുക്ക്

വളരെ സാവധാനത്തിൽ ആയിരുന്നു എന്നുവെച്ചാൽ അതിനർത്ഥം അബ്സു പൊട്ടിപുറപ്പെടുന്ന ആ ഉറവ വലിയ ശക്തമൊന്നും അല്ല വളരെ എളുപ്പത്തിൽ തടയാവുന്നതും, മുദ്ര ഇടാവുന്നതും ആണ്. അതേ അതാണവരുടെ പദ്ധതി - ആ ഉറവ തടയുക.

ആ ഏഴ് താടിക്കാരായ അനുനാക്കികളിൽ വെള്ളത്തിന്റെ വിഷയം വരുമ്പോൾ എപ്പോഴും ഒരു പുരുഷന്റെ പേരായിരുന്നു ആദ്യം കേട്ടിരുന്നത്. അയാൾ ഒരു മികച്ച മുങ്ങൽ വിദഗ്ധനാണ് ഏതു വെള്ളത്തിനടിയിലും, എത്ര ആഴത്തിലും ഇറങ്ങിച്ചെല്ലുന്ന, ഏതു നക്ഷത്ര സമൂഹത്തിലേയും ഏറ്റവും ശക്തരിൽ ശക്തരായ തിരകൾക്കും വെള്ളങ്ങൾക്കും എതിരേ നീന്തുന്ന, എപ്പോഴും തോട് പോലെ ഉള്ള കട്ടിയേറിയ ഒരു ശരീരകവചം ധരിച്ചു നടക്കുന്ന അവൻ ആമ എന്ന അർത്ഥത്തിൽ - കശ്യപൻ എന്ന അപരനാമത്തിൽ അറിയപ്പെട്ടിരുന്നു.

+++++++++++++++++++++++

5

അങ്ങനെ കശ്യപൻ എന്ന വിളിപ്പേരുള്ള ആ അനുനാക്കി ആ ഭീകരൻ അബ്സുവിലേക്ക് അവന്റെ ഉത്ഭവസ്ഥാനം കണ്ടെത്താൻ സാവധാനം ഊളിയിട്ടിറങ്ങി. അവന്റെ ആഴങ്ങളിലേക്കു കൂടുതൽ കൂടുതൽ ഊളയിടുമ്പോൾ അവൻ ആ ജലം ചെറുതായി രുചിച്ചുനോക്കി, വിചിത്രം- ആ വെള്ളം മധുരമുള്ളതായിരുന്നു.

ദിവസങ്ങളുടെ നീന്തലാൽ ആ അനുനാക്കി അവസാനം വളരെ നേർത്ത പാവത്താനായ ഒരു ഒഴുക്ക് ആ വെള്ളത്തിന്റെ ഏറ്റവും അഗാധതയിൽ കണ്ടെത്തി. 'വർക്കേഴ്സ്' കൊട്ടിഘോഷിക്കുന്ന 'ഭീകരനായ' അബ്സു!!.

ഉറവ കണ്ടെത്തുമ്പോൾ അത് തടഞ്ഞു മുദ്ര ഇടുവാൻ വേണ്ട ഉപകരണങ്ങളും കോപ്പുകളും എല്ലാമായിട്ടായിരുന്നു അവൻ വന്നിരുന്നത്.

ആ ഗ്രഹത്തിൽ നിന്നും ഏഴ് ലക്ഷം പ്രകാശവർഷം അകലെയുള്ള ഒരു ഉൽക്കയിലെ നീരൊഴുക്കായിരുന്നു. അവൻ അതുകൊണ്ട് അവസാനമായി അടച്ചത്. കൃതികയിലും അതായിരുന്നു അവൻ ഉപയോഗിച്ചത്. പക്ഷേ ഇവിടെ അത് ആവശ്യമായി വന്നില്ല. അവൻ അവിടെ അടുത്തായി കണ്ട ഒരു വലിയ പാറ ഉരുട്ടി കൊണ്ടുവന്ന് ആ ഉറവയെ അടച്ചു. പാറ മുദ്രയിട്ട് പൂർണമായും ആ ഒഴുക്ക് നിർത്തി എന്ന് ഉറപ്പുവരുത്തിയിട്ട് - ആ പുരുഷനെ ആ കല്ലറയിൽ അടക്കം ചെയ്തിട്ട് അവൻ തിരികെ നീന്തി കരയിൽ എത്തി.

ഇനി അവർ ചെയ്യേണ്ടത് കാത്തിരിക്കുക എന്നതാണ്.- ആ വെള്ളമെല്ലാം ഭൂമിക്കുള്ളിലേക്ക് ഇറങ്ങിപ്പോകുംവരെ കാത്തിരിക്കുക.

ഈ സമയമത്രയും, മറ്റൊരു അനുനാക്കിയായ ദക്ഷൻ വേറെ ചില കാര്യങ്ങളുമായി തിരക്കിൽ ആയിരുന്നു. അവൻ ഭൂമിയിൽ നിന്നെടുത്ത ചില ജൈവവസ്തുക്കൾ ഉപയോഗിച്ച് ഏതാനം ചില പെൺവർഗ്ഗങ്ങളെ ഉണ്ടാക്കിയിരുന്നു. അവരവരുടേതായ രീതികളിൽ ഓരോ പെണ്ണും വ്യത്യസ്തർ ആയിരുന്നു. ആ വെള്ളത്തിനകത്ത് ദിവസങ്ങൾ കഴിച്ചുകൂട്ടിയതിനിടയിൽ അബദ്ധത്തിൽ വലിയ അളവിൽ ആ ആഫ്രോഡീസിയാക്ക് കുടിച്ച കശ്യപൻ തിരികെ ഭൂമിയിൽ വന്നപ്പൊഴേയ്ക്കും അങ്ങേയറ്റം കാമാതുരൻ ആയിരുന്നതിനാൽ അവരിൽ ചിലപെണ്ണുങ്ങളെ ഭാര്യമാരായി എടുത്തു..

..എന്നത്, ഈ ചരിത്രത്തിന്റെ, ഒരു വകഭേദം.

[സദാചാരത്തെ പറ്റിയുള്ള കാഴ്ച്ചപ്പാടുകൾ കൊണ്ടാണോ എന്നറിയില്ല, ന്യായികരിച്ചു വ്യാഖ്യാനിച്ചു പാടുപെടുകയാണോന്നും അറിയില്ല] മറ്റൊരു ഭാഷ്യത്തിൽ അവൻ ആ സ്ത്രീകളെ വാടക അമ്മമാരായി എടുത്ത് ആ ജലത്തിൽ നിന്നും വേർതിരിച്ചു എടുത്ത പുരുഷ വിത്തുകോശങ്ങൾ അവരുടെ ഗർഭപാത്രത്തിൽ നിക്ഷേപിക്കുകയാണ് ചെയ്തത് എന്നാണ്.

എന്തായാലും എല്ലാ വേർഷനുകളിലും ഉറപ്പായ കാര്യം എന്തെന്നാൽ കശ്യപൻ സ്വീകരിച്ചത് മൂന്ന് സ്ത്രീകളെ. അവരിൽ അദിതി എന്ന സ്ത്രീ ദേവന്മാരെന്നും ദിതി ധനു എന്ന സ്ത്രീകൾ അസുരന്മാരെന്നും പിന്നീട് വിളിക്കപ്പെട്ട മൂന്ന് കുലങ്ങൾക്ക് ജന്മം നൽകി. കാലം കടന്ന് പോയി.

തങ്ങളുടെ അമ്മയ്ക്ക് നന്ദി, കശ്യപന്റെ മേലുള്ള അവളുടെ സ്വാധീനത്താൽ ദേവ വംശത്തിനു ആദ്യം മുതലേ തന്നെ എല്ലാകാര്യത്തിലും മുൻഗണനയും പ്രിവിലേജും കിട്ടി. അതിനാൽ ദേവ കുലം അഹങ്കാരവും ധാർഷ്ട്യവും നിറഞ്ഞും, അസുരവംശമോ സ്വാഭാവികമായും ഉണ്ടാകേണ്ട, ദേവ വംശത്തോടുള്ള അസൂയയും വെറുപ്പും നിറഞ്ഞും വളർന്നു. എത്രമാത്രം

അനുസരണശീലമുള്ളവരും നല്ലവരും അവർ ആയിരുന്നാലും അതിനൊന്നും ഒരു മൂല്യവും ആരും കൽപ്പിച്ചില്ല. അങ്ങനെയുള്ള ആ മനസ്സുകൾ ദേവന്മാരുടെ അമിതമായ കുത്തുവാക്കുകളിലും പരിഹാസത്തിലും ചുരുക്കം ചിലപ്പോൾ പൊട്ടിത്തെറിക്കുകയും അത് അവരുമായി ഉള്ള വാക്കുതർക്കങ്ങളിലും വളരെ ചുരുക്കം ചിലപ്പോൾ ചെറിയ ഉന്തിലും തള്ളിലും കലാശിക്കുകയും ചെയ്തിരുന്നു.

പക്ഷേ അത് ഒക്കെയും അവരെ എപ്പോഴും കൂടുതൽ വലിയ പ്രശ്നങ്ങളിൽ കൊണ്ട് എത്തിക്കാറുണ്ട്. കാരണം അത് കുട്ടികൾക്കിടയിൽ വിടാതെ അദിതി അത് ഏറ്റുപിടിച്ച് കശ്യപന്റെ അടുത്തേയ്ക്ക് ചെല്ലും. അവളിലൂടെ മാത്രം കശ്യപന് കിട്ടുന്ന ആ വഴക്കുകളുടെ രത്നച്ചുരുക്കം എപ്പോഴും, – "അക്രമകാരികളായ ആ അസുരന്മാർ നമ്മളുടെ മക്കൾ ദേവന്മാരെ ഉപദ്രവിക്കുന്നു." എന്നായിരിക്കും. ഓരോ തവണയും അത് അങ്ങനെ ആയിരിക്കും. "അസുരന്മാർ അസ്ഥിരവും തെറ്റും ആയ സൃഷ്ടികൾ ആണ് സമൂഹത്തിനും ലോകത്തിനും ഒരു ഭീഷണി" ദേവന്മാരുടെ അമ്മ എപ്പോഴും പറഞ്ഞവസാനിപ്പിക്കും.

അവരുടെ ഇങ്ങനെയുള്ള ഇടപെടലുകളുടെയും തന്ത്രങ്ങളുടെയും ഫലമായി അസുരന്മാർ പഠനങ്ങളിൽ നിന്നും വിദ്യ അഭ്യാസങ്ങളിൽ നിന്നും ഒഴിവാക്കപ്പെട്ടു. മാത്രവുമല്ല അവളുടെ കുരുട്ടുബുദ്ധിയുടെ ഫലമായി ആ ജനതകളുടെ കായികാധ്വാനം വേണ്ട എല്ലാ ജോലികളും വിറകു മുറിക്കലും വെള്ളം കോരലും എല്ലാം അസുരന്മാരുടെ തലയിലായി.

6

തോട്ടത്തിന് വേണ്ടിയുള്ള സ്ഥലം ഇപ്പോൾ വെള്ളം വാർന്നുപോയിക്കഴിഞ്ഞു. ആ വന്നവർക്ക് ഇനി അവിടെ ജോലി തുടങ്ങാം. പക്ഷേ 'വർക്കേഴ്സ്' ഇപ്പോഴും ഭയത്തിൽ ആയിരുന്നു.

അനുനാകികൾ തങ്ങളുടെ ചിന്തകൾക്കും അപ്പുറമുള്ളതു ചെയ്ത് കഴിഞ്ഞു, സത്യം. അബ്സു അവർക്ക് ഒരു ഭീഷണിയേ അല്ല എന്നവർ തെളിയിച്ചു. അവർ അവനോടു പാതാളത്തിലേക്കു പോകുവാൻ ആജ്ഞാപിച്ചു. അവനെ അങ്ങനെ അയക്കുക വരെ അവർ ചെയ്തു. പക്ഷേ എന്നിട്ടും 'വർക്കേഴ്സിൽ' ഭയം ബാക്കി കിടന്നു. എങ്കിലും തങ്ങൾ അടിമകൾ ആകയാൽ അനുനാക്കികളെ അനുസരിച്ചു അവർക്ക് ജോലികൾ തുടങ്ങേണ്ടിയും വന്നു.

അങ്ങനെ അനുനാകികൾ, ഏലോഹീമിന്റെ ഇഷ്ടങ്ങൾക്കൊത്ത് ഏലോഹീമിന്റെ സ്റ്റോറേജിൽ നിന്നും നേരിട്ട് എത്തിച്ച, ഭൂമിക്കു സ്വന്തമല്ലാത്ത പലതരം ഫലവൃക്ഷങ്ങളുടെ വിത്തുകൾ അവിടെ ആ മണ്ണിൽ നട്ടു. അതിനോടൊപ്പം ആ മണ്ണിൽ നിന്നും ആരും നടാതെ തന്നേ പല നാമ്പുകളും ഉയർന്നു വന്നു, അവ ഭൂമിയിലെ പല പ്രബലവും ശക്തവുമായ മരങ്ങളുടെയും തൈകളാവുകയും ചെയ്തു. സമയവും കാലവും കടന്നുപോകവെ അങ്ങനെ ആ തോട്ടം അതിന്റെ ഗർഭകാലവും ശൈശവവും കഴിഞ്ഞു കൗമാരത്തിലേക്ക് കാൽ വെക്കുവാൻ ഒരുങ്ങി,

കൗമാരം - ഏറ്റവും വിചിത്രമായ, വ്യത്യസ്തമായ വളർച്ച ഉണ്ടാവുന്ന പ്രായം, വിശപ്പും ദാഹവും കൊതിയും ഏറ്റവും വർദ്ധിക്കുന്ന ആർത്തി തോന്നുന്ന പ്രായം. ജനനേന്ദ്രിയങ്ങൾ വളർത്തി അതിൽ ലഹരിയുള്ള മധു ഒഴിച്ച്, സുഗന്ധം പൊഴിച്ച്. അതിലേ അലസമായി ദേശാടനം നടത്തുന്ന ലംബടന്മാരായ വണ്ടുകളെ കൊതിപ്പിച്ച്, പ്രലോഭിപ്പിച്ച് മാടി വിളിച്ച്. വിളിച്ച് വരുത്തുന്ന ആ താന്തോന്നികളായ

ഈരുതെണ്ടി വണ്ടുകളുടെയും ഗ്രഹസ്തരായ ഈച്ചകളുടെയും നിഷ്കളങ്കരായി തോന്നിച്ചിരുന്ന വേദനിപ്പിച്ചുമടങ്ങുന്ന ശലഭങ്ങളുടെയും അതിസുന്ദരന്മാരെന്നു പറയപ്പെടുന്ന ചിത്ര ശലഭങ്ങളുടെയും, അവളെ തൊടുവാൻ അനുവാദം ഇല്ലാതെ അവൾ പടിവാതുക്കൽ കിടത്തിയിട്ടും ഏകപതീവ്രതം തുടർന്നിരുന്ന തേനീച്ചകളുടെയും നാക്കുകളാൽ ആദ്യ ലൈംഗിക സുഖമറിഞ്ഞ്. ആ വണ്ടുകളോടും ഈച്ചകളോടും സ്വന്തം ഇലകളോടും മറ്റ് മരങ്ങളോടും അവിടെയുള്ള സർവ്വ ചരാചരങ്ങളോടും എല്ലാം ചേർന്ന് സ്വയമറിഞ്ഞ്, ആനന്ദകരമായ ലഹരിയും ഉന്മാദവും നിറഞ്ഞ, കാലങ്ങൾ നീണ്ടുനിൽക്കുന്ന അതി ദീർഘമായ മദിരോത്സവം ആസ്വദിക്കുവാൻ ഒരുങ്ങേണ്ട, തുടങ്ങേണ്ട ആർത്തിയോടെ വളരേണ്ട കൗമാരകാലം അല്പകാലത്തിനകം കൈവരിക്കാൻ പോകുന്ന അവർക്ക് ഇതുവരെയും അവർ ദാഹം മാറ്റി പോന്നിരുന്ന, അബസുവിന്റെ ശ്വാസം എന്ന് ആ 'വർക്കേഴ്സ്' വിശ്വസിച്ചിരുന്ന, മണ്ണിൽ നിന്നും ഉയർന്നുവന്നിരുന്ന മഞ്ഞ് എന്ന് വിളിക്കുന്ന ജലം കൊണ്ടുള്ള ഒരുതരം പുക പോരാതെ ആയിരിക്കുന്നു.

കൂടുതൽ വെള്ളം ആവശ്യമായി വന്നിരിക്കുകയാണ്, അവിടെയുള്ള ഏക ജലസാന്നിധ്യമായ അബ്സുവെള്ളത്തിന്, ചെടികളിലും മരങ്ങളിലും ആ മണ്ണിലും അത്ഭുതങ്ങൾ സൃഷ്ടിക്കുവാൻ ആകുകയും ചെയ്യും എന്ന് അവർക്കറിയാം.

എങ്കിലും അങ്ങനെ തന്നേ മാസങ്ങൾ കടന്നു പോയി. അബ്സു മോചിതനാക്കപ്പെടാതെ ഭൂമിക്ക് ഉള്ളിൽ തടവിൽത്തന്നെ കഴിഞ്ഞു.

പക്ഷേ,

ഒരുകാലത്ത് ശാന്തനായി ഒഴുകിയിരുനെങ്കിലും അബ്സു അവർ വിചാരിച്ചതിലും ശക്തനായിരുന്നു. തടസപ്പെടുത്തിയതിനാൽ ഇപ്പോഴെയ്ക്കും അവൻ ഭൂമിക്കടിയിൽ തിങ്ങി നിറഞ്ഞ് ആ മണ്ണിൽ അസ്വസ്ഥതകൾ ഉണ്ടാക്കുവാൻ തുടങ്ങി, അവിടെ

ഭൂമിയിൽ നിന്ന് ചിലപ്പോൾ ഉച്ചത്തിൽ അലർച്ചപോലെ ഉള്ള ശബ്ദം കേട്ടുതുടങ്ങിയപ്പോൾ അത് ഭൂമിക്കടിയിൽ ചെളിയിൽ വാതകങ്ങളും ജലവും ഓക്കെ തിങ്ങി മർദ്ദം ഉണ്ടാകുന്ന കൊണ്ടാണ് എന്ന ശാസ്ത്രീയത അത് അബ്സു അലറുകയാണ് എന്നു അലമുറയിടുന്ന 'വർക്കേഴ്സ്സിനോട്' അവർ പറഞ്ഞു മനസിലാക്കുവാൻ ശ്രമിച്ചുകൊണ്ടേയിരുന്നു. അധികം വൈകാതെ, ഭൂമികുലുക്കവും മണ്ണിനടിയിൽ തിങ്ങി നിൽക്കുന്ന വെള്ളം പെട്ടന്ന് എവിടെനിന്നെങ്കിലും പൊട്ടി ഒഴുകുന്നതും, ഒക്കെ സംഭവിച്ചു തുടങ്ങി. അങ്ങനെ 'വർക്കേഴ്സിനെ' നഷ്ടപ്പെടുകയും ചെടികൾ നശിപ്പിക്കപ്പെടുകയും ലാൻഡ്സ്കേപ്പുകൾ തകർക്കപ്പെടുകയും ചെയ്യുന്നത് നിത്യ സംഭവങ്ങൾ ആയി. 'വർക്കേഴ്സ്' സ്ഥിരമായി കൊല്ലപ്പെടുവാൻ തുടങ്ങിയപ്പോൾ അവരിൽ ബാക്കിയുള്ളവർ തങ്ങൾ അടിമകൾ എന്നത് മറന്ന് മുറുമുറുപ്പും എതിർപ്പും തുടങ്ങി.

കണക്കുകൂട്ടലുകൾ എല്ലാം തകിടം മറിഞ്ഞ് കാര്യങ്ങൾ പ്രതികൂലമായി തന്നേ പിന്നേയും ദിവസങ്ങൾ കടന്നുപോയപ്പോൾ അങ്ങനെ ഇരിക്കെ ആ ടിയാമത്ത് എന്ന കടലിൽ നിന്നും എന്തിന്റെയോ കൂട്ടം ഉയർന്നുവന്നു കൊടുംകാറ്റുണ്ടാക്കി പറന്നടുക്കുന്നതു എല്ലാവരുടെയും ശ്രദ്ധയിൽ പെട്ടു.

വ്യാളികൾ.!!!!!!

ടിയാമത്തിൽ നിന്നും ഓരോരുത്തരായി ഉണർന്നുതുടങ്ങി 'വർക്കേഴ്സ്' ഭയത്താൽ ഇടറുന്ന ശബ്ദത്താലേ പറഞ്ഞു.

അവനേത്തേടി ഇതാ.. അവൾ വരുന്നു!! ഭർത്താവിന് വേണ്ടി ഇതാ ആ സ്ത്രീ യുദ്ധം തുടങ്ങുന്നു!! അവളുടെ സൈന്യം - അവളുടെ മക്കൾ - ഇതാ ഉണർന്നുതുടങ്ങുന്നു.

സർവനാശം വിതയ്ക്കാൻ, ഭൂമിയിൽ കെട്ടിപ്പടുത്തതെന്തിനേയും മൺകട്ടപോലെ ഉടച്ചുകളയാൻ ഇതാ.. ഇതാ.. അവൾ

പടയ്ക്കൊരുങ്ങുന്നു. 'വർക്കേഴ്സ്' അലറി നിലവിളിച്ചുപറഞ്ഞ് കടലിന് നേർക്ക് കമന്നു കുമ്പിട്ട് കിടന്നു.

ആ നിമിഷങ്ങളിൽ ഭൂലോകം ആട്ടി ഉലച്ചുകൊണ്ട് അവ, ആ മഹത്തുക്കൾ നൂറ് എണ്ണം ഏദൻ എന്ന ആ തോട്ടത്തിൽ അബസുവിന്റെ മുദ്രവെച്ച കല്ലറയിങ്കൽ പറന്നിറങ്ങി.

എല്ലാവരും ഭയന്നു, അനുനാകികൾ പോലും പതറി.

പക്ഷേ വ്യാളികൾ ആർക്കും ഒരു ശല്യത്തിനും ചെന്നില്ല. അവർ പിതാവിനോട് ചേർന്ന്, ഒരു ശബ്ദം കൊണ്ടുപോലും ആരെയും ബുദ്ധിമുട്ടിക്കാതെ, ഏദനിൽ നിന്നും ഒന്നും എടുക്കാതെ അവിടെ ചുരുണ്ട് കൂടി ഇരുന്നു. ചിലവ, കൂടുക്കൂട്ടി.

എങ്കിലും അവ ഉള്ള ഏദെനിൽ തങ്ങൾക്ക് ജോലി ചെയ്യാൻ പറ്റില്ല എന്ന് 'വർക്കേഴ്സ്' ബഹളം വെച്ചു, ജോലിചെയ്യാൻ മടിച്ചു. അങ്ങനെ അബ്സു മുഖാന്തിരം ഏദൻ തകർന്നുകൊണ്ടിരിക്കുന്നത് കൂടാതെ 'വർക്കേഴ്സ്സിന്റെ' സമരം കാരണം പണികളും നടക്കാതെ ആയി.

അങ്ങനെ അനുനാകികൾ, ആകെ കുഴഞ്ഞ, തങ്ങളുടെ കരവിരുതും സൃഷ്ടികളും നശിപ്പിക്കപ്പെടുകയും അവിടുത്തെ പ്രവർത്തനങ്ങൾ നിന്നുപോകയും ചെയ്യുന്നകണ്ട് ഭ്രാന്തിന്റെ വക്കിലെത്തി നിൽക്കുന്ന ആ സമയത്താണ് ദേവവംശത്തിലെ സമ്പൂർണ്ണ വില്ലി എന്ന് പേരുകേട്ട – മിസ്റ്റർ മാദ്യക് രംഗത്തേക്ക് കടക്കുന്നത്.

അവന്റെ വരേണ്യവർഗ്ഗ ഗുണങ്ങളിൽ ഉൾപ്പെടുന്ന ചിലതാണ്, ചതി, വഞ്ചന, വഷളത്തരം, സ്വന്തസുഖത്തിനുവേണ്ടി എന്തും ചെയ്യുക മുതലായവ. സ്വാർത്ഥതയാലാണ് അവൻ നിർമ്മിക്കപ്പെട്ടിരിക്കുന്നത് അവൻ അതിൽ അത്യധികം അഭിമാനിക്കുന്നും ഉണ്ട്. ദേവന്മാർക്ക് പോലും അവനെ ഇഷ്ടമായിരുന്നില്ല.

അവരെ സഹായിക്കാൻ ഒരു പദ്ധതി തന്റെ കൈവശം ഉണ്ട് എന്ന് പറഞ്ഞ് അനുനാക്കികളുടെ മുൻപിലേക്ക് ചെന്ന് അവൻ സഹായത്തിന്റെ വാഗ്ദാനം മുൻപോട്ടുവെച്ചപ്പോൾ അസുരന്മാരും ദേവന്മാരും, അനുനാക്കികൾ അവർ പോലും അത്ഭുതസ്തബ്ധരായി.

അദ്ദേഹം താൻ അബദ്ധത്തിൽ പോലും വിയർക്കാതിരിക്കാൻ പ്രത്യേകം ശ്രദ്ധിക്കാറുള്ളവനാണ്, സ്വന്തം സുഖം മാത്രം നോക്കുന്ന, സ്വയം പ്രീതിപ്പെടുത്തുന്ന ഒരു മണ്ടൻ എന്ന നിലയിൽ അദ്ദേഹം കുപ്രസിദ്ധനാണ്.

അസുരന്മാരുടെ വാക്കുകളിൽ പറഞ്ഞാൽ അവൻ തന്റെ പ്രവർത്തികൾ ഒന്നും തന്നെ തനിക്കല്ലാതെ അബദ്ധത്തിൽ പോലും ആർക്കും, തന്റെ സഹോദരങ്ങളായ ദേവന്മാർക്ക് പോലും ഒരു നന്മക്കും കാരണമാകാത്തിരിക്കാൻ വളരെയധികം ശ്രദ്ധിക്കാറുള്ളവനാണ്.

അവന്റെ സൃഷ്ടാക്കളോട് ചോദിക്കാൻ ഒരു അവസരം കിട്ടിയാലോ, അവനെ പറ്റി അവർ പറയുക അവന്റെ ഇതുവരെയുള്ള അക്കാഡമിക പ്രകടനം, അവന് ഒരു പദ്ധതി ഉണ്ടാക്കാൻ തക്ക തലച്ചോർ ഉള്ളതിന്റെ ഒരു സൂചനപോലും പ്രകടിപ്പിച്ചിട്ടില്ല എന്നാകും.

എല്ലാവരും അവൻ എന്താണ് പറയാൻ ശ്രമിക്കുന്നത് എന്ന് അറിയാൻ ഉള്ള കൗതുകത്തിൽ ആയിരുന്നു.

ദേവഗണം, അനുനാക്കികൾ കേൾക്കുന്നില്ല എന്നുറപ്പുവരുത്തി, അവർക്കിടയിൽ മാദൃക് എന്ന ആ സ്ഥിരം കോമാളിയെ പറ്റി ഓരോന്ന് പറഞ്ഞു പരിഹസിച്ചു ചിരിച്ചു. അസുരന്മാർക്കിടയിലും സ്ഥിതി വിഭിന്നം ആയിരുന്നില്ല.

പക്ഷെ ഇതെല്ലാം കണ്ടിട്ടും മാദൃക് വളരെ കോൺഫിഡന്റ് ആയിരുന്നു. അവൻ അബ്സുവിന്റെ അടുത്തേയ്ക്ക് നീങ്ങി അബ്സുവിനെ കല്ല് ഉരുട്ടി അടച്ചിരുന്നു അവന്റെ കല്ലറയ്ക്കു മുൻപിലേക്ക് തന്നേ. കൂട് കൂട്ടിയും കൂട്ടം കൂടിയും ഇപ്പോഴും ഉണ്ടായിരുന്നു അവിടെ, ആ വ്യാളികൾ നൂറ് എണ്ണവും.

വ്യാളികൾ ആർക്കും ദോഷം ഒന്നും ഉണ്ടാക്കിയിട്ടില്ല. എങ്കിലും അവ ആരോടും അധികം ഇടപെടുന്ന കൂട്ടത്തിൽ ആയിരുന്നില്ല. അവയ്ക്കടുത്ത് പോകാൻ എല്ലാവരും ഭയന്നിരുന്നു ആരേലും അബ്സുവിനോ അവർക്കോ അടുത്തുചെല്ലാൻ ഭാവിച്ചാൽ അവ മുരളുമായിരുന്നു അപ്പോൾ സാധാരണ, എല്ലാവരും ഭയന്നു പിന്മാറും.

അപ്പോഴാണ് സർവ്വലോകത്തിനും മുന്നിൽ നിസ്സാരനും സ്വതവെ മുള്ളിപോകുന്ന മഹാ ഭീരുവും മലാശയ സ്ഫിൻക്റ്റർ പേശികളുടെ കേടുപാട് കാരണം ചെറുതായി ഞെട്ടിയാൽ പോലും തൂറിപോകുന്നവനും ആയിരുന്ന മാദൃക് അതിനടുത്തേക്കു ചെല്ലുന്നത്. അതും വളരെ നിസ്സാരമെന്നവണ്ണം. പക്ഷേ അത് മാത്രമല്ല അത്ഭുതം, ആ വ്യാളികളും വളരെ ശാന്തരായി ഇരിക്കുന്നു, ഇതുവരെ വരുണന്ന് അല്ലാതെ ആർക്കും അവയുടെ അടുക്കലേക്കു ചെല്ലുവാൻ സാധിച്ചിരുന്നില്ല ശബ്ദവും ശരീരഭാഷയും ഉപയോഗിച്ച് അവർ അകറ്റി നിർത്തിയിരുന്നു മറ്റുള്ളവരെ എല്ലാം. ഇപ്പോഴാവട്ടെ, അവർ മാദ്ര്ക്കിനു മുൻപിൽ താഴ്മയോടെ നില്കുന്നു. അവനെ ഭയന്നിട്ടാണോ എന്തോ, അവൻ

അവർക്കുനേരെ കൈ നീട്ടിയപ്പോൾ അവ ഒന്നിച്ചു ചുരുണ്ടു. കണ്ടുനിന്നവർ എല്ലാം അത്ഭുതം കൂറി.

ശേഷം, ഇതൊക്കെ കണ്ട് അവനിൽ മതിപ്പുണ്ടായി നിൽക്കുന്ന അനുനാകികളിലേക്ക് അവൻ മടങ്ങിയെത്തി. അവന്റെ വാ വീണ്ടും പറഞ്ഞു,

"എന്റെ കൈവശം ഒരു പദ്ധതിയുണ്ട്."

അനുനാക്കികൾ വളരെ മതിപ്പോടെ സർവ്വ തിരക്കുകളും മാറ്റിവെച്ച് അവന് ചെവികൊടുത്തു.

പക്ഷേ ആ വ്യാളികളുടെ മുൻപിൽ അവൻ ഒരു വസ്തു അവരാരുടേയും കണ്ണിൽ പെടാതെ പ്രദർശിപ്പിക്കുകയും അതിനോടുള്ള ആദരവോടെയാണ് അവർ പമ്മുകയും ചെയ്തത് എന്നത് മാദൃക് അല്ലാതെ ആരും അറിഞ്ഞില്ല.

അവൻ സർവ്വ ജനവും നോക്കി നിൽക്കെ ആ പ്രധാനികളോട് അവിടെ അപ്പോൾ ഉള്ള പ്രശ്നങ്ങൾ എങ്ങനെ പരിഹരിക്കണം എന്നതിനെ പറ്റി ഒരു പദ്ധതി ലഖുവായ ഭാഷയിൽ വെളിപ്പെടുത്തി.

അതിന്റെ രത്നച്ചുരുക്കം- അബ്സു ഒഴുകേണ്ടതാകുന്നു ഒഴുക്കി അവളിലേക്ക് എത്തിച്ചേർന്നേ പറ്റൂ. അവനത് കൂടിയെ തീരു അതാണീ പൊട്ടിത്തെറികൾക്ക് കാരണം. അതിനാൽ നമ്മൾ അവനെ ഒഴുകാൻ അനുവദിക്കാൻ പോകുന്നു, അവന്റെ ഇഷ്ടത്തിനല്ല, നമ്മുടെ നിയന്ത്രണത്തിൽ. "കുതിര കല്ലറയിൽ പൂട്ടിയിടപെടേണ്ടതല്ല നശിപ്പിക്കുവാനായി സ്വതന്ത്രനും വന്യനുമായി അഴിച്ചുവിടേണ്ടവനും അല്ല. പക്ഷേ നമ്മൾ അവനെ ഹാർനെസ്റ്റ് ധരിപ്പിക്കുകയും ഇണക്കുകയും ചെയ്താലോ നമ്മൾക്കവന്റെ മേൽ കേറാം നമ്മക്കിഷ്ടമുള്ളേടത്തേക്കൊക്കെ അവനെ ഓടിച്ചുകൊണ്ടുപോകാം. നമ്മുടെ ആവിശ്യങ്ങൾക്ക് അവനെ ഉപയോഗിക്കാം."

"അങ്ങനെ, പൂട്ടിയിടുന്നതിന്റെ പ്രശ്നങ്ങൾ ഇല്ലാതാക്കാം അങ്ങനെതന്നെ, സ്വാതന്ത്രനാക്കുന്നതിന്റെയും! അപ്പോൾ നമ്മൾ കൊയ്യുന്നത് നിയന്ത്രണത്തിന്റെ ഫലം ആണ്! മഹത്തായ ശക്തികൾ നമ്മളുടെ നിയന്ത്രണത്തിൽ നമ്മളുടെ ഗുണങ്ങൾക്കായി!"

അവൻ അത് പറഞ്ഞപ്പോൾ അവന്റെ കണ്ണുകൾ തിളങ്ങി. അധികാരത്തിന്റെ ചിന്തയാൽ ഒരു നിമിഷം അവന്റെ ശരീരം കുറുകി.

"അതിനാൽ അബ്സു ട്രാപ്പ് ചെയ്യപ്പെടേണ്ടവനോ തടയപ്പെടേണ്ടവനോ അല്ല കേവലം ഹാർനെസ്സ് ചെയ്യപ്പെടേണ്ടവൻ മാത്രമാണ്. നമ്മൾ മഹത്തായ അബസുവിനെ ഹാർനെസ്സ് ചെയ്യാൻ പോകുന്നു നമ്മുടെ ആവശ്യങ്ങൾക്കായി നമ്മൾ തീരുമാനിക്കുന്ന പാതകളിലൂടെ ഒഴുകുവാൻ അവനെ നമ്മുടെ ഇറിഗേഷൻ കാനാലുകളിലേക്ക് ഹാർനെസ്സ് ചെയ്യാൻ പോകുന്നു."

അത് എങ്ങനെയാണ് ചെയ്യേണ്ടത് എന്നുള്ളതിന്റെ ഒരു ചെറു വിവരണം അവൻ അനുനാക്കികളോട് പങ്കുവെക്കുകയും അവർ അവൻ ഏദൻ മുങ്ങിപോകാതെ വെള്ളം ഒഴുകുന്ന, പരാജയപ്പെടാത്ത ഒരു കനാൽ സിസ്റ്റം പ്ലാൻ ചെയ്ത് ഡിസൈൻ ചെയ്തുകൊണ്ടാണ് വന്നിരിക്കുന്നത് എന്നു തിരിച്ചറിഞ്ഞു അവനിൽ വളരെ മതിപ്പുള്ളവരാകുകയും ചെയ്തു.

കശ്യപൻ, ഇവൻ എങ്ങനെ വളർന്നിരിക്കുന്നു എന്ന് അതിശയിച്ചു. പക്ഷെ അവിടെ പലരും ഉണ്ടായിരുന്നു, അവന് ആ രഹസ്യങ്ങൾ ആരിൽ നിന്നോ ലഭിച്ചതാണ് എന്ന് കരുതുന്നവർ, ഏകദേശം ഉറപ്പായും, ആരിൽ നിന്നോ ചതിച്ചോ വഞ്ചിച്ചോ മോഷ്ടിച്ചോ അവൻ കൈക്കലാക്കിയതാണ് അത് എന്ന് വിശ്വസിക്കുന്നവർ.

പക്ഷെ അവർക്കാർക്കും അവൻ അത് എന്തുകൊണ്ട് സൗജന്യമായി ഓഫർ ചെയ്തു എന്ന് ഒരു രീതിയിലും

മനസിലാകുന്നില്ല അതും എല്ലാവർക്കും നന്മ വരുത്തുന്ന ഒന്ന് അത് അവൻ പുറത്തുവിട്ടു എന്നത് വിചിത്രമായിരിക്കുന്നു. അതേ വളരെ മാദ്യക് അല്ലാത്ത സ്വഭാവങ്ങൾ.

"ആ വ്യാളികളുടെ കാര്യം എന്ത് ചെയ്യും?" തിരികെ ജനങ്ങളുടെ ഇടയിലൂടെ നടന്നിറങ്ങുവാൻ തുടങ്ങിയ മദ്രക്കിനോട് പുറകിൽ നിന്നും സപ്ത അനുനാക്കികളിൽ ആരോ ചോദിച്ചു.

അവ പ്രശ്നക്കാരായാൽ നമ്മൾ അവയേ അറഞ്ഞുകളയും. അവൻ, അത് അവന് ഒരു പ്രശ്നമേ അല്ല എന്നവണ്ണം വളരെ നിസ്സാരമായി, ജനങ്ങളുടെ നേർക്ക് നിൽകുമ്പോൾ പറഞ്ഞു. അവന്റെ ഈ മാറ്റത്തെ പറ്റി അവരെല്ലാം ചിന്തിച്ചു.

അവന്റെ ഈ പുതുതായി പ്രകടിപ്പിച്ചു തുടങ്ങുന്ന ധൈര്യം അവരെയെല്ലാം അത്ഭുതപ്പെടുത്തി എന്തായാലും അനുനാക്കികൾക്കാർക്കും അവയെ കൊല്ലാൻ ആഗ്രഹമില്ല, കശ്യപനോ ഭൃഗുവിനോ ദക്ഷനോ ആർക്കും. അവർക്ക് അവയേ ഒന്ന് ഒഴിവാക്കിയാൽ മതി. വരുണൻ- അനുനാകികൾ അല്ലാതെ ആ പദ്ധതികൾ അടുത്തുനിന്നു കേൾപ്പാനും അഭിപ്രായങ്ങൾ പറയുവാനും അധികാരവും അവകാശവും ഉള്ള ഒരേയൊരാൾ പ്രതിഷേധിച്ചു. 'ഒരു രീതിയിലും ഒരു തരത്തിലുള്ള ദോഷവും വ്യാളികൾക്ക് ഉണ്ടാക്കുവാൻ സമ്മതിക്കുകയില്ല' അവൻ പറഞ്ഞു.

മാദ്യക് പുച്ഛത്തോടെ തലതിരിച്ച് ഇപ്പോൾ തന്റെ പുറകിലായി അവൻ കണ്ട വരുണനെ നോക്കിയിട്ട് നടന്നകന്നു.

7

പിന്നീട് ആൾ ഒഴിഞ്ഞപ്പോൾ മാദ്യക് അനുനാക്കികളുടെ അടുത്തേയ്ക്ക് വീണ്ടും ചെന്നു,

അവർക്ക് അവന്റെ പദ്ധതികൾ ഇഷ്ടപ്പെട്ടിരുന്നു. അത് അവിടെ പ്രാബല്യത്തിൽ വരുത്തുന്നതിനെ പറ്റി സംസാരിക്കാൻ അവർ വിളിച്ചിട്ടാണ് അവൻ അപ്പോൾ അവിടെ ചെന്നിരിക്കുന്നത്.

എനിക്ക് അത് സംഭവിപ്പിപ്പാൻ കഴിയും! ഈ പദ്ധതി നിങ്ങൾക്ക് ഉപയോഗിക്കാൻ തരുവാൻ എനിക്ക് കഴിയും! എനിക്ക് ആ നിർമ്മാണത്തിൽ അവരെ വഴികാട്ടുവാൻ കഴിയും! എനിക്ക് നിങ്ങളുടെ അമൂല്യമായ തോട്ടത്തെയും നിങ്ങളുടെ ഈ പ്രവർത്തികളെയും രക്ഷിക്കുവാൻ കഴിയും! അങ്ങനെ എനിക്ക്, നിവർന്നു ഉറച്ചു നിന്ന് ഈ ലോകം നിർമ്മിക്കാൻ നിങ്ങളെ അനുവദിക്കാനും കഴിയും!

ദേവ വർഗ്ഗത്തിൽ പെട്ട മറ്റൊരുവനോ നിങ്ങളുടെ മറ്റൊരു സൃഷ്ടിയോ കാട്ടാത്ത മിടുക്ക് ഞാൻ പ്രകടിപ്പിച്ചിരിക്കുന്നു. അസുരന്മാർ വിദ്യ അഭ്യസിക്കുവാനോ അറിവുപകരുന്ന ഒന്നും കേൾക്കുവാൻ പോലുമോ താല്പര്യം കാണിക്കാത്ത, നന്നാവാൻ ഇച്ച ഇല്ലാത്ത കൂട്ടം. അവരിൽനിന്ന് അക്രമവും മ്ലേച്ഛതയും അല്ലാതെ കൂടുതൽ ഒന്നും പ്രതീക്ഷിക്കുവാൻ ആവുകയില്ല. ഞങ്ങൾ, ഉന്നതരായ ഈ ദേവഗണത്തെപോലെ സ്വാതന്ത്ര്യം അവർക്കു ലഭിക്കുന്നു എന്നതൊഴിച്ചാൽ അവർ നിങ്ങളുടെ ആ അടിമകളിൽ നിന്ന് ഒട്ടും വ്യത്യസ്തരല്ല. അവർക്ക് ഞങ്ങളെ പോലെ ആകുവാനുള്ള എല്ല അവസരവും കിട്ടിയിട്ടും അതിനാൽ അവരിൽ

നിന്നും ഒരു ഗുണവും പുറത്തുവന്നില്ല. പക്ഷേ ഈ ദേവഗണം നിങ്ങളുടെ ആശയ്ക്കൊത്തു വളർന്നു. അതിൽ ഈ ഞാൻ - മാദൃക് മറ്റൊരു ദേവനോ മറ്റൊരു സൃഷ്ടിയോ കാട്ടിയിട്ടില്ലാത്ത. ബുദ്ധി വൈഭവം കാട്ടിയിരിക്കുന്നു. എന്റെ സമയത്തുള്ള ഇടപെടലും എന്റെ കൂർമ്മ ബുദ്ധിയും ഉന്നത ബൗദ്ധികതലത്തിലുള്ള ആസൂത്രണങ്ങളും മുഖാന്തിരം, ഞാൻ, സൃഷ്ടിയാകുന്ന ഞാൻ. എന്റെ സൃഷ്ടാക്കളെ സഹായിച്ചിരിക്കുന്നു. നിങ്ങൾക്ക് അതിനാൽ ഇനി ഈ ലോകത്ത് വൈവിധ്യമാർന്ന ഇനം ജീവജാലങ്ങളെ വളർത്തി കൊണ്ട് വരികയും സൃഷ്ടിക്കുകയും ചെയ്യാം.

ഞാൻ നിങ്ങളോട് (പകരം) ഒന്ന് മാത്രമേ ചോദിക്കുന്നുള്ളൂ. ദേവന്മാർ എന്ന നിങ്ങളുടെ അഭിമാനകരമായ പ്രധാന സൃഷ്ടികളുടെ ഇന്ദ്ര സ്ഥാനം. അവർക്കൊരു തലവൻ വേണം- ഒരു ലീഡർ- ഒരു ദാർശികൻ. അടുത്തത് പറയും മുൻപ് അവൻ അവരിൽനിന്ന് ദൂരെ അവന്റെ പിറകിലായി തന്റെ കൈ വിരൽ ക്രോസ്സ് ചെയ്തു പിടിച്ചിട്ട് തുടർന്നു. ഇത് ഞാൻ എന്റെ നേട്ടങ്ങൾക്ക് വേണ്ടി അല്ല ആവശ്യപെടുന്നത്. മറിച്ച്, മുഴുവൻ ദേവവർഗ്ഗത്തിന്റെയും നന്മക്കുവേണ്ടിയാണ്, നിങ്ങളുടെ മറ്റൊരു സൃഷ്ടിക്കും ഏറ്റെടുക്കുവാനോ ആസൂത്രണം ചെയ്യുവാനോ കഴിയാത്ത കർമ്മങ്ങൾ ചെയ്തത് മുഖേന അവരെ നയിക്കാൻ ഞാൻ സ്വയം യോഗ്യനാക്കുകയും ചെയ്തുവല്ലോ ഞാൻ ഈ പറഞ്ഞുതന്നതും ഇനി പ്രവർത്തിക്കുവാൻ പോകുന്നതുമായ ഇവയൊക്കെ നിങ്ങളുടെ തലയ്ക്കും പുതിയതായിരുന്നുവല്ലോ- ഞങ്ങളുടെ മഹത്തായ സൃഷ്ടാക്കളുടെ തലയ്ക്കും.

അതിനാൽ എനിക്ക് ഇന്ദ്രത്വം അനുവദിച്ചു തരിക. ഈ പദ്ധതി നിങ്ങൾക്ക് ഉപയോഗിക്കുവാൻ ഞാൻ തരാം.

പിന്നെ നിങ്ങൾക്ക് ഇവിടെ ആശ അടങ്ങും വരെ സൃഷ്ടിക്കാമല്ലോ. ഈ തിരഞ്ഞെടുക്കപ്പെട്ട ജനതയുടെയും അവർക്ക്

വസിക്കേണ്ടുന്ന ഈ ലോകത്തിന്റെയും നമ്മക്ക് വേണ്ടി എന്റെ സഹോദരങ്ങൾക്ക് മേൽ എനിക്ക് അധികാരം തരിക. എന്നേ ദേവന്മാരുടെ ഇന്ദ്രനാക്കുക.

ഈ വാർത്ത ലോകം അറിഞ്ഞപ്പോൾ അവസാനം അത് വ്യക്തമായി, എന്തുകൊണ്ടാണ് മാദ്യക് പെട്ടന്നൊരു സുപ്രഭാതത്തിൽ ഒരു സഹായ ഹസ്തം നീട്ടിയത് എന്ന്. ഇതായിരുന്നു അവന്റെ ആത്യന്തികമായ ലക്ഷ്യം.

പക്ഷെ ജനങ്ങൾക്ക്, അവരിൽ ഭൂരിഭാഗത്തിനും നല്ലരീതിയിൽ ഉറപ്പായിരുന്നു അത് അവന്റെ തലച്ചോറിന്റെ ഫലം അല്ല എന്നത്.

ആ നിയന്ത്രണത്തിന്റെ വിദ്യ, സൃഷ്ടാക്കൾക്ക് പോലും അറിയാത്തത്, നിനക്ക് അത് എവിടെ നിന്നാണ് ലഭിച്ചത് മാദ്യക്?

———————

അവർക്ക് ഒരു നേതാവ് ആവശ്യമാണ്. മാദ്യക് പെട്ടന്നൊരു സുപ്രഭാതത്തിൽ അതിന് എന്തുകൊണ്ടും യോഗ്യനാകുകയും ചെയ്തിരിക്കുന്ന. [പക്ഷെ] ആ പെട്ടന്നൊരു സുപ്രഭാതത്തിൽ എന്നത് അവരിൽ കശ്യപനെ പോലെ ഉള്ളവരെ കുഴക്കിയിരുന്നു. എങ്കിലും അവർക്ക് മുൻപിൽ ഇപ്പോൾ വേറെ വഴികളൊന്നും ഇല്ല തങ്ങളുടെ അധ്വാനം മുഴുവൻ വൃഥാവിൽ ആക്കാൻ അവർക്ക് പറ്റില്ല, കളയാൻ അവർക്ക് [കൂടുതൽ] സമയവും ഇല്ല. അവർ നേരിടുന്ന സർവ്വ പ്രശ്നങ്ങളെയും പരിഹരിക്കുന്ന രീതിയിൽ നിർമിക്കപ്പെട്ടിരിക്കുന്ന അവന്റെ കൈവശം ഉള്ള ആ പദ്ധതിയോട് കിടപിടിക്കുന്നതോ അതിനോട് അടുത്തു വരുന്നതോ ആയ ഒരു വഴിപോലും തത്കാലം ആർക്കും അറിയുകയും ഇല്ല.

അതിനാൽ അവർ അവനു സർവ്വ ജനങ്ങളും കാൺകെ ദേവന്മാരുടെ മേൽ ഇന്ദ്രത്വം കൊടുത്തു. അങ്ങനെ മാദൃക് ദേവന്മാരുടെ ഇന്ദ്രൻ - ദേവേന്ദ്രൻ ആയി.

ശേഷം കാര്യങ്ങൾ വേഗത്തിൽ മുൻപോട്ട് നീങ്ങി. അവർ ആ 'വർക്കേഴ്സിനെ' കൊണ്ട് അവന്റെ ആ പ്ലാനിൽ പറയുന്ന രീതിയിൽ അവിടെ ചാലുകൾ കീറിച്ചു തുടങ്ങി. നാല് പ്രധാന ചാലുകളും അതിൽനിന്നും വലിയതും ചെറിയതുമായ പരസ്പരം ബന്ധപ്പെട്ടുകിടക്കുന്ന ചാലുകളുടെ സിസ്റ്റവും അതിൽ നിന്നും എല്ലായിടത്തും പടർന്നു കിടക്കുന്ന ചെറു കനാലുകളും അതിൽ നിന്നും രണ്ടും മൂന്നുമായി വിഘടിച്ചു ചെറുതായി വീണ്ടും വിഘടിച്ചു വീതികുറഞ്ഞുകൊണ്ട് അവസാനം ആ മരങ്ങൾക്കിടയിലേക്കു ഇല്ലാതാകുന്ന നാരുഞരമ്പുകൾ പോലുള്ള ചെറുകനാലുകളും. കനാലുകൾക്കുള്ളിൽ അവിടിവിടെയായി പല വലിപ്പത്തിലുള്ള കിണറുകളും അടങ്ങിയതായിരുന്നു ആ പദ്ധതി.

പറ്റാവുന്നത്ര വേഗത്തിൽ ഏറ്റവും അത്യാവശ്യമായി വേണ്ടുന്ന ചാലുകൾ എല്ലാം കീറിയ ശേഷം, സാവധാനം അബ്സുവിന്റെ സമാധിയുടെ വാതിൽക്കൽ ഉരുട്ടിവെച്ചിരുന്ന കല്ല് മുദ്രപൊട്ടിച്ചു അവർ ഉരുട്ടി നീക്കി. ആ മുദ്ര പൊട്ടിച്ചപ്പോൾ ഒരു വൻ പൊട്ടിത്തെറി ഉണ്ടായി. ഭൂമി കുലുങ്ങി പലരും നിലത്തു വീണു. ആ കല്ലിനടുത്ത് നിന്നിരുന്ന 'വർക്കേഴ്സ്' എല്ലാം അൽപ്പ സമയത്തേക്ക് ഘനീഭവിച്ചു പോയി. തൊട്ട് അടുത്ത നിമിഷം എല്ലാം ശാന്തമായപ്പോൾ എഴുന്നേറ്റു നിൽക്കുവാൻ പറ്റിയവരും ആ ജീവന്റെ ഉറവയുടെ നേർക്ക് നോക്കുവാൻ പറ്റിയവരും ആയവർ കണ്ടത്, തന്നേ ഉൾക്കൊള്ളാൻ നിർമിച്ചവയെല്ലാം നിമിഷാർദ്ധം കൊണ്ട് നിറച്ച ആ കാമുകൻ ഇപ്പോൾ തന്റെ സമാധാനത്തോടെ സാവധാനം കടലിന് നേർക്ക് ഒഴുകുന്ന കാഴ്ചയായിരുന്നു.

പിന്നീട് എപ്പഴോ, ഇന്ദ്രനായിത്തീർന്ന മാദൃക് അവരുടെ ഇടയിൽ നിന്നും കാണാതെയായി. അത് മാദൃക് അല്ലാതെ ആരും

അറിഞ്ഞതും ഇല്ല. രാജമൂടി ധരിച്ച മാദൃക് ആ സമയം ആ പ്രദേശം ഒക്കെ വിട്ട് വിദൂരതയിലേക്ക് സഞ്ചരിക്കുകയായിരുന്നു. അവന്റെ സഞ്ചാരം കടൽത്തീരത്തേക്ക് ആയിരുന്നു അവിടുത്തെ ലഗൂണിലേക്കവൻ എത്തി. അവിടെ ഒരു ചെറു കൂട്ടം മരങ്ങൾ ഉണ്ട്.

അവിടം അവർ സൃഷ്ടികൾ സാധാരണ പോകുന്ന സ്ഥലമല്ല സത്യത്തിൽ, സാധാരണ എന്നല്ല, അവർ [ആരും] അങ്ങോട്ട് പോകുകയേ ഇല്ല. അതൊരു നിഷിദ്ധമായ സ്ഥലം ആണ്, അവിടെയാണ് ആ മുറിവേറ്റു വീണുപോയവൻ അവന്റെ ഏകാന്ത ദിവസങ്ങളിൽ കിടന്നിരുന്നത്. മാദൃക്, ആരും തന്നേ കാണുന്നില്ല എന്ന് ഉറപ്പ് വരുത്തി. ഓരോ ഏതാനം ചുവടുകൾ വെക്കുമ്പോഴും ഇടത്തോട്ടും വലത്തോട്ടും പുറകിലേക്കും വട്ടംകറങ്ങിയും എല്ലാം ആരും ചുറ്റുപാടെങ്ങും ഇല്ല എന്ന് അവൻ തീർച്ചപ്പെടുത്തി.

"മഹാനായ പ്രഭോ, ഞാൻ എത്തിച്ചേർന്നിരിക്കുന്നു"

അവൻ സർവ്വ വിധേയത്വത്തോടും കൂടെ വാ തുറന്ന് ആ ഇരുളിലേക്ക് നോക്കി പറഞ്ഞു.

8

"ഞാൻ വന്നിരിക്കുന്നു എന്റെ പ്രഭോ - മഹാനായ രാജകുമാരാ!" അവൻ വിളിച്ചുപറഞ്ഞു.

അൽപ്പ സമയത്തിനുള്ളിൽ ഗുഹയ്ക്കുള്ളിൽ ഒരു പാറയുടെ പുറകിൽ നിന്നും മാദ്യക്കിനെയും ആ വംശത്തെക്കാളും ഒക്കെ ഉയരവും നെഞ്ചുവിരിവും ഉള്ള, സ്ഥിരമായ ഒരു പുഞ്ചിരി മുഖത്തുള്ള, അതിഗംഭീരനായ, ഒരു പുരുഷൻ നടന്നുവന്നു. അയാൾ നീളമുള്ള നീല നിലയങ്കി ധരിച്ചിരുന്നു. അത് താഴെ മണ്ണിനെ തലോടി അവന്റെ പുറകിൽ നീണ്ടു കിടന്നിരുന്നു, കാർപ് മത്സത്തിന്റെ തൊലി പോലെ തോന്നിച്ചിരുന്ന അത് അനങ്ങുമ്പോൾ തിരമാലകളുടെ ചലനം പോലെ തോന്നുമായിരുന്നു, അതിൽ വീഴുന്ന സൂര്യപ്രകാശം അതിൽ നോക്കുന്നവരെ ട്രാൻസിൽ ആക്കിക്കളഞ്ഞിരുന്നു. അവൻ, വളരെ കഠിനമായ, ഭൂമിയിൽ ഇതുവരെ കണ്ടിട്ടില്ലാത്ത എന്തോ കൊണ്ട് നിർമിച്ചിരുന്ന ഒരു ശരീര കവചം ധരിച്ചിരുന്നു, അതിൽ പല എഴുത്തുകളും കാർവിങ്ങുകളും ഉണ്ടായിരുന്നു. വലിപ്പമേറെ ഏറിയവൻ എങ്കിലും, മുഴങ്ങുന്ന ശബ്ദത്തിൽ കുലീനത്വമുള്ള അവന്റെ ഭാഷ സ്നേഹം ഉള്ളതായിരുന്നു.

"എന്റെ സുഹൃത്തേ" അവൻ പറഞ്ഞു "എനിക്ക് കാണാം നീ പ്രശംസകളും അംഗീകാരങ്ങളും നേടിയിരിക്കുന്നു എന്ന്."

"അതെ എന്റെ പ്രഭോ എല്ലാം അവിടുത്തെ കൃപയാൽ മാത്രം! ഞങ്ങൾക്ക് അപകടം വരാതെ അബ്സുവിനെ സ്വാതന്ത്രനാക്കാൻ അങ്ങ് എനിക്ക് പകർന്നു തന്ന വിദ്യ ഒന്ന് കൊണ്ട് മാത്രം!"

അങ്ങ് പറഞ്ഞത് പോലെ അങ്ങ് ഞങ്ങളെ ഒന്നും ഭയഭക്കണ്ടതില്ല അങ്ങയുടെ അമ്മ ഞങ്ങളെ എല്ലാം നിസ്സാരമായി നശിപ്പിപ്പാൻ പ്രാപ്തയാണ്. അങ്ങയുടെ ഈ മാന്ത്രിക കവചം അങ്ങയേൽ ഉള്ളതിനാൽ ഞങ്ങൾ ആരാലുമോ ഞങ്ങളുടെ ഏതു ആയുധങ്ങൾ എല്ലാം ചേർത്തു വെച്ചാലുമോ അങ്ങേയ്ക്ക് ഒരു അപകടവും വരുത്തുവാൻ ആകുക ഇല്ല. എന്നിട്ടും അങ്ങ് വളരെ എളിമയുള്ള വഴിയിൽ അദ്ദേഹത്തെ സ്വതന്ത്രൻ ആക്കുവാൻ ആവശ്യപ്പെട്ടു. അതും ആ പ്രവർത്തിയിൽ ഞങ്ങൾ ഞങ്ങൾക്ക് തന്നേ അപകടം വരുത്തിവെക്കാത്ത രീതി പറഞ്ഞുതന്നു. ഞങ്ങളിൽ മുഴുവൻ ആളുകളും അങ്ങയോടു എന്നും കടപ്പെട്ടിരിക്കുന്നു. മാത്രവുമല്ല ഞങ്ങളിൽ ആരേലും അങ്ങയെ കണ്ടാൽ അങ്ങയുടെ കാലിൽ വീഴുകയും അങ്ങയേ പിടിച്ചു രാജാവാക്കുകയും ചെയ്യും. അങ്ങ് സത്യമായും അതാണല്ലോ - ഒരു ചക്രവർത്തി. അവർ എല്ലാം അങ്ങയുടെ മുൻപാകെ വണങ്ങും. എന്നിട്ടും എന്റെ വിഷമങ്ങളും ദുരിതങ്ങളും കേട്ടപ്പോൾ അങ്ങ് അതെല്ലാം ഒഴിവാക്കി. ആ പരിഹാരം - അബസുവിനെ അപകടം ഇല്ലാതെ തുറന്നു ടിയാമത്തിൽ വീഴിക്കുവാൻ അനുവദിക്കുന്ന ആ പദ്ധതി, ഞാൻ കൊണ്ടുചെല്ലാൻ എന്നോട് ആവശ്യപ്പെട്ടു.

ഇവിടെ ഇതാ അത് ഞാൻ ചെയ്യുകയും എനിക്ക് ജീവിതത്തിൽ മറ്റൊരു രീതിയിലും നേടുവാൻ പറ്റാത്തത് നേടി എടുക്കുകയും ചെയ്തിരിക്കുന്നു.

"പ്രിയ സുഹൃത്തേ ഞാൻ സമാധാനവുമായി വന്നു. ഞാൻ ഇവിടെ യുദ്ധം ചെയ്യുവാൻ വന്നതല്ല. തകർക്കുവാനും തീയിടുവാനും അല്ല. എന്റെ കവചം, ജനിക്കും മുൻപേ വന്ന എനിക്ക് സംരക്ഷണത്തിനായി നൽകപ്പെട്ടിരിക്കുന്നതാണ്."

"ഞാൻ എന്റെ പിതാവിനെ സ്വാതന്ത്രനാക്കുവാൻ വന്നു. അതേ ഞാൻ അവിടെ വന്ന് നേരിട്ട് ചോദിക്കുമായിരുന്നു. പക്ഷേ നീ എന്നോട് പറഞ്ഞത് പോലെ നീ അത് അവതരിപ്പിച്ചാൽ നിനക്ക് ആ

പ്രശംസ കിട്ടും എന്ന് നീ പറഞ്ഞപ്പോൾ, എനിക്കെന്തിന് പ്രശംസകൾ. അത് എനിക്ക് വിഷയമല്ല എന്റെ ഇവിടുത്തെ സാന്നിധ്യം പോലും ആരും അറിഞ്ഞിട്ട് ഒന്നും വേണ്ട. ഞാൻ വന്നത് പിതാവിനെ സ്വതന്ത്രനാക്കാനാണ്. ഞാനത് ഇപ്പോൾ നേടുകയും ചെയ്തു. അതിനിടയിൽ ഒരു നല്ല സുഹൃത്തിനെ സമ്പാദിക്കുവാനും അവന് നന്മ ചെയ്യുവാനും അവസരം കിട്ടി. ഇപ്പോൾ തിരിച്ചുപോകും മുൻപ്, ഒരു സ്ഥിതീകരണത്തിനുവേണ്ടി, ഞാൻ ചോദിക്കുന്നു, നിങ്ങൾ എന്റെ പിതാവിനെ എന്റെ അമ്മയിലേക്കു ഒഴുകുവാൻ അനുവദിച്ചുകൊണ്ട് മോചിപ്പിച്ചുവോ."

"ഉവ്വ കുമാര"

"നിങ്ങൾ വ്യാളികൾക്ക് ദോഷം ഒന്നും ചെയ്തും ഇല്ലല്ലോ?"

"ഒരിക്കലുമില്ല കുമാരാ സർവ്വവും വളരെ സൗഹാർദ്ദപരമായായിരുന്നു."

"എങ്കിൽ പ്രിയ സുഹൃത്തേ ഇവിടെയുള്ള എന്റെ ഉദ്യമം അവസാനിച്ചിരിക്കുന്നു ഇനി എനിക്ക് പോകാം. എന്റെ സുഹൃത്തേ സമാധാനം നിന്നോടൊപ്പം ഉണ്ടായിരിക്കട്ടെ. നിന്റെ ജനത്തെ നേരായി ഭരിക്കാ."

"എന്റെ പ്രഭോ, എന്റെ എത്രയും പ്രിയപ്പെട്ട രാജകുമാരാ അങ്ങ് പോകും മുൻപ് എനിക്ക് അങ്ങയോടു ഒരു കാര്യം ആവശ്യപ്പെടാമോ?"

"നീ എന്റെ സ്നേഹിതനാണ് നിന്നെ സഹായിക്കാൻ എനിക്ക് ചെയ്യുവാൻ കഴിയുന്നതെന്തും ചെയ്യാൻ എനിക്ക് മനസ്സുണ്ട്"

"അങ്ങ് പോകും മുൻപ് അങ്ങയേ കെട്ടിപിടിച്ച് അങ്ങേയ്ക്കൊരു ചുംബനം തരണം എനിക്ക്. അങ്ങനെ ചെയ്യാമോ?"

"ഹ ഹ. ഓ എന്തുകൊണ്ട് പറ്റില്ല! എന്റെ മിത്രമേ നിന്റെ സ്നേഹം എന്നേ അതിശയിപ്പിക്കുന്നു. ഞാൻ എന്നന്നേക്കുമായി പോകുകയയല്ല, ഞാൻ നിന്നെയും നിന്റെ ജനത്തെയും കാണുവാനും സന്ദർശിക്കുവാനും ഇനിയും മടങ്ങിവരും. ഇവിടെ വരൂ. മടിക്കാതെ എന്നെ കെട്ടിപ്പിടിക്കൂ."

"പക്ഷേ കുമാര അങ്ങയുടെ കവചം അത് ഇപ്പോഴും ഇടയിൽ പ്രതിരോധമായി വരുന്നു. അത് എന്നേ, എന്റെ മേൽ അതിന്റെ കൈകൾ വെച്ചിട്ട് എന്നോട്, 'മാറി നിൽക്കു ഒരടി ഇങ്ങോട്ടടുക്കരുത്' എന്ന് പറയുംപോലെ തടയുന്നു. ശത്രുക്കളിൽ നിന്നും സംരക്ഷിക്കപ്പെടാൻ ധരിക്കുന്ന കവചമണിഞ്ഞു എന്നെ, അങ്ങയുടെ ഉത്തമ സുഹൃത്തായ എന്നെ...., ആശ്ലേഷിക്കുന്നത്, ഞാൻ അങ്ങയുടെ ശത്രുവാണ് എന്ന പ്രതീതി ഉണ്ടാക്കുന്നു."

രാജകുമാരൻ അൽപ്പനേരം ചിന്തിച്ചു. അമ്മ പറഞ്ഞു *"ഇത് ധരിക്കുക പിന്നെ ഒരിക്കലും ഭയക്കരുത്. കാരണം ഒരു ശത്രുവിനോ പ്രതിഷേധക്കാരനോ നിന്നെ പിന്നെ ഒന്നും ചെയ്യാൻ ആവുകയില്ല".*

അത് അവന്റെ ലോകത്തെ വളരെ പ്രാധാന്യമുള്ള മാന്ത്രിക ഫലകങ്ങളാണ്.

ഇവിടെ ശത്രു ഇല്ല എതിർപ്പുകളും ഇല്ല. അമ്മ വിചാരിച്ചത് പോലെ ഒന്നും ആയിരുന്നില്ല ഇവിടുത്തെ കാര്യങ്ങൾ. ഈ ഭൂവാസികൾ സത്യത്തിൽ നല്ലവരാണ്. അറിവില്ലായ്മയാൽ എന്തൊക്കെയോ ചെയ്തു എന്നല്ലാതെ, ശൈശവത്തിൽ ഉള്ള ഒരു ജനത. അവർക്കാർക്കും എന്നോട് ശത്രുതയ്ക് ഒന്നും ഇല്ല. അതൊന്നും അല്ലെങ്കിലും, ഇവിടെ ഇപ്പോൾ എന്റെ നല്ല സുഹൃത്ത് മാദ്യുക് അല്ലാതെ മറ്റാരും ഇല്ല. ഞാൻ, ജനിക്കും മുൻപേ ഇവിടേയ്ക്ക് വന്നു. എന്റെ പിതാവിനെ സ്വാതന്ത്രനാക്കി. ഒരു ജനതയെ സഹായിച്ചു. എന്റെ പിതാവിനോട് തെറ്റ് ചെയ്ത ആ ജനതയേ പാപത്തിൽ നിന്ന് മോചിപ്പിച്ചു. ഒരു സുഹൃത്തിനെ നേടി അവന് ഒരു ജീവിതം കൊടുത്തു. അവന് ഞാൻ പ്രിയപ്പെട്ടവനായി. ആർക്കും എന്നെ ഒരു

കാരണത്തിനും ഹാനിക്കേണ്ടതില്ല. ഞാൻ ആർക്കും ഒരു തിന്മയോ ദോഷമോ ചെയ്തിട്ടില്ല. നന്മയോ, അവരുടെയൊക്കെ പ്രാപ്തിക്കും അപ്പുറം ചെയ്തുകഴിഞ്ഞു. അവൻ സംസാരിക്കുന്നത് സത്യമാണ് കവചത്തോടെ ഉള്ള ആശ്ലേഷണം രണ്ടു കുലങ്ങൾ തമ്മിൽ അക്രമത്തിന് ശേഷം ഉള്ള ഒത്തുതീർപ് ആശ്ലേഷണം പോലെ തോന്നിപ്പിക്കും തികച്ചും ഔപചാരികമായ സ്നേഹം ഒട്ടുമില്ലാത്ത ഒന്ന് പോലെ.

"നിന്റെ ആഗ്രഹം പോലെ!" ചിന്തകളിൽ നിന്നുണർന്ന പ്രിൻസ് മാദ്യക്കിനോട് പറഞ്ഞു കൊണ്ട് ആ കവചത്തിന്റെ കുടുക്കുകളും കുരുക്കുകളും അഴിച്ചു തുടങ്ങി.

അങ്ങനെ അത് അഴിഞ്ഞു. അവൻ അത് ശ്രദ്ധാപൂർവം, ബഹുമാനപൂർവ്വം, ആ മണലിൽ ശുദ്ധി ഉള്ള ഒരിടത്തു വെച്ചു. ആ മണ്ണ് വെളിപ്പെടുത്തി, ആ കവചം എത്ര ഭാരമേറിയതായിരുന്നു എന്ന്. സത്യമായും മാദ്യക്കിന് ആയിരം ജന്മങ്ങളിൽ പോലും അതൊന്ന് അനക്കുവാൻ ആവുകയില്ല.

9

"ഇപ്പോൾ നീ സന്തുഷ്ടനാണോ" തന്റെ അടുത്തേക്ക് വന്നുകൊണ്ടിരുന്ന മാദ്രുക്കിനോട് അവൻ ചോദിച്ചു.

"എല്ലാ പ്രശംസകളും വലിയ അധികാരങ്ങളും കിട്ടിയപ്പോൾ ഞാൻ സന്തുഷ്ടനായിരുന്നു, അപ്പോൾ പെട്ടന്ന് ഞാൻ അങ്ങയേ ഓർത്തു. ഞാൻ തിരിച്ചറിഞ്ഞു, അങ്ങയേ അവസാനമായി ഒരുവട്ടം കണ്ടുകഴിയുമ്പോൾ മാത്രമേ ഞാൻ ശരിക്കും സന്തോഷവാൻ ആകുകയൊള്ളൂ എന്ന്."

"പ്രിയ സുഹൃത്തേ ഇതൊരു അവസാന വിടപറച്ചിലല്ല. ഞാൻ മടങ്ങിവരും."

അത് കേട്ടപ്പോൾ മാദൃക്കിന് അത്യാഹ്ലാദം ഉണ്ടായി. കുമാരൻ അത് കണ്ടു, മാദൃക് അവനെ കെട്ടിപിടിച്ചു. അവന് ഒരു ചുംബനം കൊടുത്തു,

ആ രാജകുമാരൻ പെട്ടന്ന് തന്റെ ചങ്കിൽ ഒരു വേദന അറിഞ്ഞു താഴത്തേക്ക് നോക്കി, അവൻ കണ്ടു- തന്റെ ഹൃദയത്തിലേക്ക് ഒരു കഠാര കുത്തി ഇറക്കിവച്ചിരിക്കുന്നത്.

"എന്റെ മിത്രമേ ഒരു ചുംബനത്താൽ നീ എന്നേ വഞ്ചിച്ചിരിക്കുന്നു, സൗഹൃദത്താൽ നീ എന്നേ കൊന്നിരിക്കുന്നു, നീ ജനിക്കുന്നതിനും മുൻപേ ഞാൻ വന്നു. നിന്നെ നിർമിച്ചപ്പോൾ ഞാൻ ഇവിടെ ഉണ്ടായിരുന്നു, നിങ്ങളുടെ സൃഷ്ടാക്കൾ ഏദന് അടിസ്ഥാനം ഇടും മുൻപേ, അവർ ജലത്തിൽ നിന്നും പാഴും ശൂന്യവുമായി ഭൂമിയെ വെളിപ്പെടുത്തുന്നതിനും സർവ്വതിനും അടിസ്ഥാനം ഇടുന്നതിനും ഒക്കെയും മുൻപേ ഞാൻ ഇവിടെ ഉണ്ടായിരുന്നു.

വെളിപ്പെടുത്തുവാനായി എന്നേ അയച്ചു, നിങ്ങളുടെ വർഗ്ഗത്തെ രക്ഷിക്കുവാനായി സമാധാനവുമായി ഞാൻ വന്നു. നിങ്ങളെ കൈപിടിച്ചുയർത്തുവാനായി ഞാൻ വെളിപ്പെട്ടു. സുഹൃത്തായി ഞാൻ ഇവിടെ നിന്നു. നീ എന്റെ മിത്രമായിരുന്നു, നിനക്ക് ആവശ്യപ്പെടാമായിരുന്നു.. പക്ഷേ നീ നിന്റെ നേട്ടങ്ങൾക്കു ശേഷം എന്നേ തുടച്ചു നീക്കുവാൻ.. എല്ലാം എനിക്ക് മനസിലാകും.. പക്ഷേ നീ സൗഹൃദത്തെ തന്നേ ഈ കർമ്മത്തിനായി ഉപയോഗിച്ചുകളഞ്ഞു.

എനിക്ക് നിന്നോട് ഒരു ദേഷ്യവും ഇല്ല...... . നീ നിന്റെ ജീവിതകാലത്ത് മനസ്സിലാക്കട്ടേ.... അമ്മേ.... അപ്പാ.... ഇതിവിടെ തീരുന്നു..... അവൻ വെറും..ഒരു.. അറിവില്ലാത്ത, മുല്യങ്ങളില്ലാത്ത ഒരുവൻ.. അവനോട് പൊറുക്കണം.

മാദ്യക്കേ എന്റെ സുഹൃത്തേ, ഇനിയും പലരും വരുവാനിരിക്കുന്നു, സൗഹൃദത്തിന്റെ മൂടുപടത്തിനുള്ളിലൂടെ ഉള്ളിലുള്ള മ്ലേച്ഛത കാണുവാൻ മാത്രം ജ്ഞാനികൾ, ആരോടാണ് തങ്ങൾ കൈകൾ കുലുക്കുന്നത് എന്ന് മനസിലാക്കുന്നവർ.

നിങ്ങളെ ഒരു കൂട്ട നാശത്തിൽ നിന്ന് രക്ഷിക്കാനായി ഞാൻ ഇവിടെ വന്നു, ഞാൻ അത് നീട്ടിവെച്ചു എന്നേ ഒള്ളു, ആ പ്രളയം - നിങ്ങൾ ഈവിധം ജീവിക്കുകയാണെങ്കിൽ അത് നിച്ചയമായും വരികതന്നേ ചെയ്യും, സൂക്ഷിക്കുക, മാറുക, അല്ലാ എങ്കിൽ നിങ്ങളുടെ സൃഷ്ടാക്കൾ തന്നേ നിങ്ങൾക്കെതിരെ തിരിഞ്ഞുപോകും.

ഒരു... ദിവസം... ആ ദിവസം വരാതിരിക്കട്ടേ.. അത് സംഭവിക്കാതിരിക്കട്ടേ .. "മാതാവേ... പിതാവേ.. ഇതാ ഇവിടെ ഞാൻ വീഴുന്നു. കിങ്ങു ഇതാ ഇവിടെ, ഭൂമിയിൽ വീണ് മരിക്കുന്നു."

കിങ്ങു എന്ന പുഞ്ചിരിക്കുന്ന ആ മഹാ രാജകുമാരൻ അങ്ങനെ അന്ന് അവിടെ വീണു. അവൻ മരിച്ചു.

മാദ്യക് മുൻപ് പറഞ്ഞപോലെ, ആ രാജകുമാരനെ ഒരു അവസാന തവണ കണ്ടപ്പോൾ - ഇപ്പോൾ, അവൻ വളരെ സന്തോഷവാനാണ്. അവനെ ഇപ്പോൾ കൊന്നതിൽ അവൻ ആഹ്ലാദിച്ചു. "ആരും ഒരിക്കലും അറിയില്ല" അവൻ ചിന്തിച്ചു.

പക്ഷേ ആരോ ഇതിനോടകം അറിഞ്ഞിരുന്നു എന്നും ഇപ്പോഴും കണ്ടുകൊണ്ടിരിക്കുന്നു എന്നും അവൻ തിരിച്ചറിഞ്ഞില്ല. ഓരോ നിമിഷവും നാലുചുറ്റും നോക്കിയ അവൻ ഒരിക്കലെങ്കിലും തലയുയർത്തി മുകളിലേക്ക് നോക്കുവാൻ മനസുകാണിച്ചിരുന്നെങ്കിൽ അവൻ തിരിച്ചറിയുമായിരുന്നു. എല്ലാം കാണുന്ന കണ്ണുള്ള, എല്ലാം കാണുന്ന ഒരു മനുഷ്യൻ, കർമ സാക്ഷി എന്ന് താൻ വിളിക്കപെടുന്നപോലെ തന്നെ, സൂര്യ ഭഗവാൻ, അദ്ദേഹം, എല്ലാം കാണുകയും വീക്ഷിക്കുകയും ചെയ്യുന്നുണ്ടായിരുന്നു.

അഹങ്കാരം നിറഞ്ഞ മാദ്യക് ഇപ്പോൾ കൂടുതൽ അഹങ്കാരി ആയിത്തീർന്നിരുന്നു. ഇപ്പോൾ അവൻ അജയ്യനാണ് എന്നും അവന് തോന്നുന്നു. അതിനാലാകാം ആ ശരീരം മറവു ചെയ്യാനോ അവിടെ ഒഴുകി പരക്കുന്ന ആ രക്തപ്പുഴ നീക്കംചെയ്യാനോ അവൻ ശ്രമിച്ചില്ല.

അല്ലെങ്കിൽ, രക്തത്തെ പറ്റി മറന്നേക്കു ഇവിടെ മണ്ണിൽ ചില ഭാഗത്ത് അല്ലെങ്കിൽത്തന്നേ വേറെ ആരുടെയോ രക്തം ഉണ്ടായിരുന്നല്ലോ എന്ന് അവൻ ചിന്തിച്ചിരിക്കാം. അങ്ങനെയെങ്കിൽ, പഴയ രക്തവും പുതു രക്തവും തമ്മിൽ ശ്രദ്ധിച്ചാൽ വേർതിരിച്ചറിയാമെന്നോ പഴയ രക്തം വീണ ഭാഗങ്ങൾ ആർക്കെങ്കിലും നിശ്ചയം ഉണ്ടാകും, അതിന് അടുത്തെങ്ങുമല്ല ഈ രക്തം വീണിരിക്കുന്നത്, അതുമായി എങ്ങും ഇത് കലർന്നിട്ടും ഇല്ല എന്നോ ഒന്നും ചിന്തിക്കുവാൻ അവന് കഴിവില്ലാതെ പോയി.

അവന്റെ ദൃഷ്ടി, തകർക്കാൻ പറ്റാത്ത ആ കവചത്തിൽ കൊണ്ടു, അവൻ വീണ്ടും ആ ശരീരത്തിലേക്ക് നോക്കി പുച്ഛത്തോടെ അട്ടഹസിച്ചു. അതവനെ അന്നേവരെ സൃഷ്ടിക്കപ്പെട്ട എല്ലാ

സൃഷ്ടികളിലുംവെച്ച് സംശയാതീതമായതും സമാനതകളില്ലാത്തതുമായ അളവിൽ മ്ലേച്ഛകരമായ ജന്തുവാക്കിനിലനിർത്തി. പുതിയ അംഗീകാരമൊന്നും അല്ല, തന്റെ തനതായ ആ ഭാവത്തിൽ ആ കാണുന്നതാണ് മാദൃക്ക്.

പിന്നെ അവൻ ചെന്ന് ആ കവചം എടുക്കാൻ നോക്കി. അനക്കുവാനേ പറ്റുന്നില്ല. വീണ്ടും ശ്രമിച്ചപ്പോൾ അവൻ അബദ്ധത്തിൽ തന്റെ കുപ്പായത്തിനുള്ളിൽ മലവിസർജ്ജനം നടത്തിപ്പോയി.

അവന് ആ രാജകുമാരനോട് കോപം ജ്വലിച്ചു. അവൻ മരിച്ചുകിടക്കുന്ന ആ രാജകുമാരന്റെ മുഖത്തേയ്ക്കു ആഞ്ഞു തുപ്പുവാനായി മുൻപോട്ട് ചെല്ലുവാൻ ശ്രമിച്ചു. ശരീരത്തിൽ അഹങ്കാരത്തിന്റെ അളവ് കൂടിയത് കൊണ്ടാകാം അവന് ഒരു നിമിഷത്തേക്ക് ബോധം നഷ്ടപ്പെട്ടു. അവൻ സ്തംഭിതൻ ആയിപോയി. അങ്ങനെ അവൻ അബദ്ധത്തിൽ ആ തുപ്പൽ വിഴുങ്ങിപോയി.

———-----

ഏദനിലെ പണികൾ വേഗത്തിൽ നീങ്ങിക്കൊണ്ടേയിരുന്നു. വാട്ടർ കോഴ്സിന്റെ കൂടുതൽ കൂടുതൽ ചെറു കൈവഴികളുടെ നിർമാണം വളരെ ഭംഗിയായയും നിസ്സാര സമയംകൊണ്ടും മുന്നേറി. കൂടുതൽ വൈവിധ്യമുള്ള മരങ്ങൾ വളർന്നു.

തിരിച്ചുവരവിനു ശേഷം സർവ്വ ജനത്തിനും ആയി ദേവന്മാരുടെ രാജാവ് ഒരു വിളംബരം ഇറക്കി, ഇനിമുതൽ സർവ്വ സൃഷ്ടികളും തന്നേ ആരാധിക്കണം, അവരെല്ലാം തനിക്ക് മൃഗങ്ങളെ അറുത്തു ബലി നൽകണം, മൃഗങ്ങളെ അവർ ഭക്ഷിക്കുവാൻ അറുത്താൽ ആ മാംസത്തിന്റെ പ്രധാന പങ്കും ഇന്ദ്രന് ഉള്ളതായിരിക്കണം. അവന്റെ ശിങ്കിടികൾ അവ ശേഖരിക്കാൻ ചെല്ലുമ്പോൾ അവർ അത് കൊടുത്തിരിക്കണം. അങ്ങനെ അത് പ്രാബല്യത്തിൽ വന്നു തുടങ്ങി.

ഏദനിലേക്ക് മടങ്ങിവന്ന ശേഷം മാദ്യക് മുൻപത്തെ ആളായിരുന്നില്ല എന്നുവെച്ചാൽ അത് സാധ്യതകളുടെ വിദൂര അതിർത്തികളിൽപോലും അവൻ നന്നായി എന്ന് ഒരിക്കലും അർത്ഥമാക്കില്ല. മാദ്യക്കിനെ സംബന്ധിച്ച് കൂടുതൽ കൂടുതൽ നീചനാകുക എന്നതാണ് പതിവ്. അങ്ങനെ അവൻ കൂടുതൽ നീചനായി. അവന് എല്ലാകാലത്തും, സർവ്വരാലും ബഹുമാനിക്കപ്പെടുകയും ഇഷ്ടപ്പെടുകയും ചെയ്തിരുന്ന വരുണനോട് അസൂയ ആയിരുന്നു. എപ്പോഴും അനുകമ്പയും എന്തിനെയും സ്നേഹിക്കുന്ന സ്വഭാവവും യുക്തമായത് പെട്ടന്ന് പ്രവർത്തിക്കുവാനുള്ള കഴിവുമൊക്കെ ഉള്ള വരുണൻ സർവ്വ ജനതയ്ക്കും പ്രിയങ്കരനായിരുന്നു, അവർ എല്ലാവരും അവനെ നേതാവായി ആഗ്രഹിച്ചിരുന്നു. "എന്റെ, സമയത്തുള്ള ഇടപെടൽ കൊണ്ട് തത്കാലം ഞാൻ നേടി എങ്കിലും ഇനിയും അവൻ ഇവിടെ നിന്നാൽ തീർച്ചയായും ആ ശോഭയിൽ ഞാൻ നിസ്സാരനെന്നു ലോകം തിരിച്ചറിയും" ഇന്ദ്രൻ കരുതി "എനിക്ക് ബുദ്ധി

പറഞ്ഞുതരാൻ ആരും ഇല്ല. അവനോ ആരും പറഞ്ഞുകൊടുക്കേണ്ട ആവശ്യവും ഇല്ല. ഇനി ഉള്ള കാലവും ഞാൻ രാജാവുതന്നേ ആയിരിക്കും പക്ഷേ അവൻ പരിസരത്തുണ്ടേൽ ഞാൻ പേരിന് വെറും ഒരു രാജാവും അവൻ അവരുടെ നേതാവും ആയിരിക്കും."

ഇവിടെ പോലും, മറ്റാരും അടുക്കുവാൻ ധൈര്യപെടാത്ത ആ വ്യാളികളെ ഒരു ദിവസം എല്ലാരും കാൺകെ വെട്ടി അറഞ്ഞു കൊന്നു കളയുമെന്ന് ഞാൻ പ്രഖ്യാപിച്ചതായിരുന്നു. എനിക്ക് മാത്രം ധൈര്യമായി എന്തും ചെയ്യാം അവ ഒന്നും ചെയ്യില്ല കാരണം ആ ചത്തുപോയവൻ തന്ന റെലിക്ക് എന്റെ കൈയിൽ തന്നേ ഉണ്ട് പക്ഷേ ഇതൊന്നും അറിയാത്ത ജനതകൾക്ക് ഞാൻ അവയേ കൊല്ലുമ്പോൾ ഞാൻ ശൂരനായ ഒരു വീരനായി കാണപ്പെടും, എന്നേ ഉപദ്രവിക്കുന്ന അസുരന്മാർ പോലും അങ്ങനെ എന്നേ ഭയന്ന് അകലം പാലിക്കും.

പക്ഷേ അവൻ ആ കാര്യത്തിൽ എന്റെ എല്ലാ പദ്ധതികളും തകർത്തു. അവയ്ക്ക് വെല്ലോം പറ്റിയാൽ അവയുടെ ഞരമ്പുകളിൽ ഉള്ളത് വലിയ വിഷമാണത്രേ അത് ജലത്തിൽ കലരുകയും ജലം വിഷമയം ആക്കുകയും ചെയ്യുമത്രേ. ആ ജലം ഒഴുകുക ഏദന്റെ ഞരമ്പുകളായ നമ്മൾ വെട്ടിയുണ്ടാക്കിയ ചാലുകളിൽ കൂടി ആകയാൽ ആ മരങ്ങൾ അത് കുടിക്കാൻ ഇടവരികയും എല്ലാം നശിക്കുകയും ചെയ്യുമത്രേ.

രണ്ടേ രണ്ടു വരികൾ കൊണ്ട് എന്റെ അത്രയും നേരത്തെ ശോഭ അവൻ ഇല്ലാതാക്കിക്കളഞ്ഞു.

വിഷം? കോപ്പാണ്. എല്ലാവർക്കും അറിയാം അവൻ അവയെ എത്രമാത്രം സ്നേഹിക്കുന്നുണ്ടെന്ന്. അവ കൊല്ലപ്പെടാതിരിക്കാൻ കണ്ടെത്തുന്ന ഓരോ ന്യായങ്ങൾ. അല്ലെങ്കിൽ തന്നേ അവൻ എന്തിന് വെള്ളത്തെ പറ്റി വേവലാതിപ്പെടണം. എന്ത് ചെയ്യണമെന്ന് എനിക്ക് അറിയാം.

അവന് എന്തൊക്കെ ഉണ്ടെന്ന് പറഞ്ഞാലും എന്നേപ്പോലെ ചതിക്കാൻ അറിയാമോ? ഇല്ലാ.. ഒരിക്കലും ആർക്കും കഴിയില്ല. അതാണ് മാദൃക്. എനിക്ക് ചതിക്കാനറിയാം. ചതിയൻ ആണ് ഞാൻ. [ശെരിയാണ് [പലതും എളുപ്പമാക്കാൻ സഹായിക്കുന്ന] ചതി എന്ന പ്രത്യേക സിദ്ധി ഭൂമിയിൽ ആദ്യമായി പ്രത്യക്ഷപ്പെട്ടത് മാദൃകിൽ ആയിരുന്നു] എന്നിട്ടും അതിന് എന്നേ ആരും പ്രശംസിക്കുന്നില്ല, പുകഴ്ത്തുന്നില്ല.

ഞാൻ ഇത് ആർക്കും പഠിപ്പിച്ചുകൊടുക്കാത്തത്തിന്റെ അസൂയ കൊണ്ടാകാം. ഇല്ല അങ്ങനെ ചതിക്കാനുള്ള കഴിവ് ആരും നേടിയെടുക്കാമെന്നു കരുതേണ്ട ആർക്കും ഞാനിതു പഠിപ്പിച്ചു കൊടുക്കില്ല ഈ കഴിവുള്ള ഏക മനുഷ്യൻ ഞാനായി തന്നേ നിലനിൽക്കും.

അപ്പോൾ ആ നിമിഷം മാദൃക്കിനു ആ ചിന്തകളാൽ കിട്ടിയ പ്രചോദനത്തിൽ വരുണനെ ജയിക്കാം എന്നും ഈ ലോകത്ത് തനിക്ക് എന്തും സാധിക്കുമെന്നും ബോധ്യമായി. അവന് തന്നോട് വല്ലാത്ത മതിപ്പുതോന്നി. അവൻ വീണ്ടും അപ്പോളുള്ള പ്രശ്നത്തിലേക്കു തിരികെ വന്നു.

 "ഹാ എന്ത് ചെയ്യണമെന്ന് എനിക്കറിയാം അവയിൽ ഒറ്റയ്ക്കുമാറി കൂടുകൂട്ടിയവയിൽ ഒന്ന് മുട്ടയിട്ടിട്ടുണ്ട്. അവളും വെറുമൊരു സ്ത്രീയാണ്..."

10

ഏറ്റവും അടുത്ത വെളുപ്പാൻകാലത്ത് ദേവന്മാരുടെ ഇന്ദ്രനായ മാദ്യക് എന്ന വീരപുരുഷൻ ഒറ്റയ്ക്ക് വെളിയിൽ ആ ഇരുട്ടിലാണ്, വീരത്വമുള്ള ഒരു ഉദ്യമത്തിന്. എന്താണത്! എന്താണത് ! എന്ത് ആണത് ?

അവൻ കൊന്നുകളഞ്ഞ അവനെ വളരെയധികം വിശ്വസിച്ച ഒരു പുരുഷൻ കാരണം അവനെ ഒരു രീതിയിലും ഉപദ്രവിക്കില്ല എന്ന് ഉറപ്പുള്ള ഒരു മാതൃ ജീവിയുടെ ചൂടിൽ നിന്നും അത് അടയിരിക്കുന്ന അതിന്റെ മുട്ടകൾ മോഷ്ടിക്കുക.

മുട്ട നഷ്ടപെട്ടത് അത് തിരിച്ചറിയുമ്പോൾ അത് അസ്വസ്തതകൾ കാണിക്കും അത് വെറും ഒരു സ്ത്രീ അല്ലോ, അപ്പോൾ ജനങ്ങൾ പരിഭ്രാന്തരാകും അപ്പോൾ അതിനെയെല്ലാം ഞാൻ കൊല്ലുകയും ചെയ്യും ഞാൻ അങ്ങനെ അവർക്ക് വീരനാകും മാദ്യക്കിന്റെ മനോവിചാരം അതായിരുന്നു.

ആ ഉദ്യമത്തിൽ, താൻ വിജയിക്കുമെന്ന് അവന് അതിയായി വിശ്വാസമുണ്ടായിരുന്നു. വിജയിച്ചാൽ...... അത് അവന്റെ മഹത്വരമായ കിരീടത്തിൽ മറ്റൊരു തൂവൽ ആയിരിക്കും എന്ന് മാത്രമല്ല ജനങ്ങളുടെ മുൻപിൽ ഉള്ള വരുണന്റെ സർവ്വ മഹിമയുടെയും അവസാനവും അതായിരിക്കും.

അവൻ ദൂരെ മാറി ഒരു പൊന്തക്കാടിനിടയിൽ ഒളിച്ചു ഇരുന്ന് അവയെ വീക്ഷിച്ചു. സർവ്വതും ഉറക്കമാണ്. മുട്ടയിട്ടിരുന്ന ആ വ്യാളി അവിടെ ഒറ്റയ്ക്ക്, ഒഴുകുന്ന അബ്സുവിനരികെ ഉറങ്ങുന്നതും ആ മുട്ട അടുത്തു തന്നെ ഇരിക്കുന്നതും കാണാമായിരുന്നു.

അവൻ,തന്റെ കൈയ്യിൽ ആ റെലിക്ക് ഉണ്ടെന്നും ഏറ്റെടുത്തിരിക്കുന്ന ഉദ്യമത്തിന്റെ ഗൗരവം അറിയാവുന്നതിനാൽ

നിക്കർ രണ്ടിനു പകരം നാല് എണ്ണം തന്നേ ഇട്ടിട്ടുണ്ട് എന്നും വീണ്ടും ഉറപ്പുവരുത്തി എഴുന്നേറ്റു.

പെട്ടന്ന് ഒരു വലിയ അലർച്ച കേട്ടു ഞെട്ടി അവൻ ചുറ്റും നോക്കി. അത് ആ ജീവി ഉറക്കത്തിൽ ഏമ്പക്കം വിട്ടതാണെന്ന് തിരിച്ചറിഞ്ഞപ്പോൾ അവന് ആശ്വാസമായി. അവന്റെ ദീർഘവീക്ഷണത്തിന് നന്ദി, ആ ഞെട്ടലിൽ നാല് നിക്കർ അവന് ഉപകാരം ചെയ്തിരിക്കുന്നു.

നേരം വെളുത്തു വരുന്നു താൻ വേഗം നീങ്ങണം. അവൻ ചിന്തിച്ചു...

11

ആ പ്രഭാതത്തിൽ എല്ലാവരും ഉണർന്നത് വീരമായ ഒരു ഗർജ്ജനം കേട്ടാണ്, അല്ല അത് ദയനീയമായ ഒരു മോങ്ങൽ ആയിരുന്നു, ആ മോങ്ങിയവനെയും മോങ്ങലിന്റെ കാരണവും തിരിച്ചറിയാൻ, ഉണർന്നെണീറ്റ ഓരോ വ്യക്തിയും കിഴക്കോട്ട് ഓടി. വളരെ വളരെ ദയനീയമായിരുന്നു ആ മോങ്ങൽ, അത് ആ വ്യക്തി അത്ര ഭീകരമായി പേടിച്ചിരിക്കുന്നു എന്നത് വ്യതമാക്കി.

എല്ലാവരും ഓടി. അവർ കിഴക്ക് ചെന്ന് അന്തിച്ചു നിന്നു.

അത് മാദൃക് ആയിരുന്നു !!

രാജാവ് ദയനീയമായി, തന്റെ സർവ്വ ശക്തിയും ഉപയോഗിച്ചു മോങ്ങുന്നത് എന്തിന്? എന്തിന്?? എന്തിന്?? കാരണം അവനെ വായുവിൽ അങ്ങ് ഉയരത്തിൽ പൊക്കി നിർത്തിയിരിക്കുകയാണ് ആ അമ്മ വ്യാളി.

അവൾ അവനെ ഉയർത്തിപിടിച്ചിട്ട് ഏതെങ്കിലും ഒരു മരത്തിനു നേർക്ക് വലിച്ചെറിയും അവിടുന്ന് വീണ്ടും വലിച്ചെടുത്ത് വേറെ എവിടോട്ടേലും ഏറിയും അങ്ങനെ ഒരു കർമ്മം അവിടെ കുറെ ഏറെ നേരമായി നടന്നുകൊണ്ട് ഇരിക്കുകയാണ്. അവന്റെ സൈന്യം എല്ലാം അവിടെ കൂടിയിട്ടുണ്ട്.

അവന്മാർ വലിയവായിൽ നിലവിളിച്ചു കരഞ്ഞുകൊണ്ട് കല്ലുകൾ പെറുക്കുകയും മണ്ണുവാരി മുകളിലേക്ക് എറിയുകയും ചെയ്യുവാണ് അവർ അതിനെ പ്രാകുകയും പള്ളുപറയുകയും ചെയ്യുന്നു. നെഞ്ചത്തടിച്ചു നിലവിളിച്ചു കൊണ്ട് അവന്മാർ നിലത്തുകിടന്നു ഉരുളുകയും മണ്ണുവാരിത്തിന്നുകയും അറിയാതെ അതിൽ മൂത്രമൊഴിച്ചുവെക്കുകയും ചെയ്യുന്നു.

എന്നിട്ടെന്തുഫലം ഇന്ദ്രനെ പ്രഹരിക്കുന്നതിൽ ശ്രദ്ധിച്ചിരിക്കുന്ന ആ ജീവിപോലും അറിയാതെ, അത് ചലിക്കുമ്പോൾ അതിന്റെ വാൽ തട്ടി അവന്മാരെല്ലാം തെറിച്ചു പോയിക്കൊണ്ടിരുന്നു.

വരുണനോട് ഒപ്പം ഭൃഗു ഓടിവരുന്നത് കണ്ടുകൊണ്ടാണ്, ഇത് കണ്ടുകൊണ്ട് അവിടെ നിന്നിരുന്ന കശ്യപൻ അവർക്കടുത്തേക്കു ചെന്നത്. "ഗംഭീരം!" ഭൃഗു തന്നോടുതന്നെ വീണ്ടും വീണ്ടും പറയുന്നത് അപ്പോൾ കശ്യപൻ കേട്ടു.

"ഗംഭീരം?? ഒരു ജനതയുടെ മുഴുവൻ രാജാവ് ഒരു അജ്ഞാതമായ സ്ഥിരതയില്ലാത്ത ഒരു ജന്തുവിനാൽ തല്ലിച്ചതയ്ക്കപ്പെടുന്നത് ഗംഭീരം എന്നോ!!!"

"കശ്യപാ, മാദൃക് വിതച്ചത് അവൻ കൊയ്യും അത് സംഭവിക്കട്ടെ. ഞാൻ പ്രശംസിച്ചത് ആ ജന്തുവിന്റെ മേന്മയെ ആണ്, നമ്മൾ വെറും സൃഷ്ടാക്കൾ മാത്രമാണ് നിന്റെ കൈകൾ പല അഭിമാനകരമായ ജീവികൾക്ക് അച്ഛനായിട്ടുണ്ട്, തീർച്ചയായും ചില, ദയനീയമായവയ്ക്കും" അവൻ അത് പറയുമ്പോൾ മാദൃക്, കഴിഞ്ഞ ഏറിൽ അവൻ ചെന്നു വീണ ഒരു വലിയ കൂന വ്യാളീമലത്തിൽ നിന്നും മാന്തിയെടുക്കപ്പെട്ടതിന് ശേഷം അടുത്ത ഏറിനായി അന്തരീക്ഷത്തിലായിരുന്നു. "പക്ഷേ അവൾ എന്റെ പ്രിയ സുഹൃത്തേ ഒരു അമ്മയാണ്!, ഒരു ശ്രേഷ്ഠ നിലവാരമുള്ള അമ്മ ജന്തു സ്പെസിമെൻ. ചിലപ്പോളെങ്കിലും നീ ഇവയെപ്പോലുള്ളവയ്ക്കു പകരം അവളെ പോലുള്ളവയെ ഉണ്ടാക്കണം."

അവൻ രാജാവിനെ രക്ഷിക്കാൻ ആ ജന്തുവിന് ചുറ്റും നിരന്നിരിക്കുന്ന 'സൈനികരുടെ' വൻ ശേഖരത്തെ നോക്കികൊണ്ട് പറഞ്ഞു.

ഈ സമയംകൊണ്ട് വരുണൻ ആ ജന്തുവിന്റെയും മാദൃക്കിന്റെയും അടുത്തേയ്ക്ക് ഒരുവിധത്തിൽ എത്തിയിരുന്നു. "എവിടെയാണ് നീ

അത് ഒളുപ്പിച്ചത്" അവൻ തലകീഴായി ആ വ്യാളിയുടെ വായിൽ തൂങ്ങി അന്തരീക്ഷത്തിലേക്ക് ഉയർന്നുകൊണ്ടിരുന്ന മാദ്യക്കിനോട് ചോദിച്ചു.

കശ്യപൻ ആശയക്കുഴപ്പത്തിലായി "അത്? എന്ത് അത്? എന്താണ് ഇവിടെ നടക്കുന്നത്?"

"നീ ഇപ്പോൾ കാണും" ഭൃഗു മറുപടി പറഞ്ഞു.

മാദ്യക് ഒരു കുഞ്ഞിനെ പോലെ കരഞ്ഞുകൊണ്ട് അടുത്തായി ഉള്ള ഒരു കുറ്റികാട്ടിലേക്ക് കൈചൂണ്ടാൻ ശ്രമിച്ചു. വരുണൻ വായൂ ദേവനോളം വേഗത്തിൽ അവിടെ എത്തി, അവൻ, അവിടെ ഒളുപ്പിക്കപ്പെട്ടിരുന്ന ചാക്ക് തുറന്നു.

"അവളുടെ മുട്ട?" കശ്യപൻ അലറി. അവൻ ഇപ്പോൾ, തന്നേ ഇരുത്തി നോക്കുകയായിരുന്ന ഭൃഗുവിനെ നോക്കി. അവൻ ഒന്നും പറയണമായിരുന്നില്ല, കാര്യങ്ങൾ കശ്യപന് വ്യക്തമായിക്കൊണ്ടിരിക്കുകയായിരുന്നു. വരുണൻ, ആ ജന്തു, അവളുടെ മുട്ട, കാര്യങ്ങൾ കാരണങ്ങൾ, എല്ലാം വെള്ളപൊക്കം പോലെ അവന്റെ മനസിലേക്ക് വന്നു നിറഞ്ഞു.

"നമ്മൾ തെറ്റായ കാര്യമായിരുന്നു ചെയ്തത് " അവൻ പറഞ്ഞു.

ഇപ്പോഴേക്കും വരുണൻ മുട്ട ആ ജന്തുവിനെ കാണിച്ചു, അവൾ മാദ്യക്കിനെ നിലത്തിട്ട് ആവും വേഗത്തിൽ ആ മുട്ടയ്ക്കടുത്തേക്കു വന്നു. അത് ശാന്തയായി, ആശ്വാസയായി.

ആ 'പടയാളികൾ' ആ സമയത്തെ അവളെ ഉപദ്രവിക്കുവായി ഉപയോഗപ്പെടുത്തുന്നത് അവളുടെ ശ്രദ്ധയെ തെറ്റിക്കുന്നതേ ഇല്ലായിരുന്നു. അവൾ ആ മുട്ട അടുത്തേയ്ക്ക് ചേർത്ത് പരിശോധിച്ചു. അത് തികച്ചും സുരക്ഷിതമായിരുന്നു. അതിന് കേടുപാടുകൾ ഒന്നും ഇല്ല എന്ന് അവൾക്ക് ബോധ്യപ്പെട്ടു.

അവർക്ക് അന്നേവരെ ഭീകരരൂപിണിയായിരുന്ന ആ സത്വത്തെ ആ നിമിഷത്തിൽ ജനമെല്ലാം തിരിച്ചറിഞ്ഞു.

അവൾ അത്രയും നേരം അവിടെ കാട്ടിക്കൂട്ടിയത് തന്റെ കുഞ്ഞിനെ കാണാതെ പോയ ഒരു മാതാവിന്റെ വ്യാകുലതകളും അതിനെ സംരക്ഷിക്കുവാനുള്ള വെപ്രാളങ്ങളും ആയിരുന്നു എന്ന് തിരിച്ചറിഞ്ഞ ആ നിമിഷത്തിൽ പെട്ടന്ന് 'ശിരകളിൽ വിഷം ഒഴുകുന്ന' ആ 'പിശാച്ചുക്കളുടെ' കൂട്ടത്തോട് എല്ലാവർക്കും അത്യധികമായി ആദരവും സ്നേഹവും ഉണ്ടായി.

എല്ലാവരും ആ വ്യാളിയെ പറ്റി അഭിമാനം കൊണ്ടു. ഇന്ദ്രനോട് പുച്ഛവും കൊണ്ടു.

പെട്ടന്ന്....

ഒരു ചെറിയ പാറക്കഷ്ണം അന്തരീക്ഷത്തിലൂടെ പാഞ്ഞു വന്നു

ആ മുട്ടയിൽ ഇടിച്ചു.

അതിന്റെ തോടിൽ അവർ നോക്കിനിൽക്കെ ഒരു വിള്ളൽ വീണു....

അവർ ആ ഒരു നിമിഷം ശ്വസിക്കുവാൻ പോലും മറന്നുപോയി. പിന്നെ, എവിടെനിന്നാണ് അത് വന്നത് എന്ന് ചിലർ തിരിഞ്ഞു നോക്കി.

സർവ്വർക്കും പുറകിൽ ആ എറിഞ്ഞവൻ നില്പുണ്ടായിരുന്നു.

അത് അവനായിരുന്നു തീട്ടത്തിൽ കുളിച്ചുനിൽക്കുന്ന ദേവന്മാരുടെ 'മഹാ' രാജാവായ മാദ്യക്.

എല്ലാവരുടെയും മുൻപിൽ അനുഭവിച്ച ആ നാണക്കേടും വരുണൻ വീണ്ടും താരമാകുന്നതും തന്റെ ഒടിഞ്ഞ സന്ധികളേക്കാളും

മുറിവേറ്റ മാംസത്തെക്കാളും അവനെ വേദനിപ്പിച്ചു, അങ്ങനെ, താൻ എന്താണ് ചെയുന്നത് എന്ന് അവൻ ഓർത്തില്ല.

അല്ല അവൻ അത് ഓർത്തു, കാരണം ദൂരെ നിന്ന് എറിഞ്ഞതിനു ശേഷം അവൻ ഉടനെത്തന്നേ ഒടിഞ്ഞ മുഴങ്കാലുമായി ഓടുവാൻ തുടങ്ങി അതുകണ്ട് അവന്റെ പുരുഷന്മാരും കൂടെ ഓടി.

"ഒരു രാജസ്ഥാനം അലങ്കരിക്കുവാൻ എത്ര ദയനീയമായ ഒരു സൃഷ്ടി" അനുനാക്കികളിൽ ഒരുവൻ പറഞ്ഞു.

എല്ലാവരും അത്ഭുതസ്തബ്ധരായി നിൽക്കുകയാണ്. ആർക്കും ഓർത്തിട്ടും ശ്വാസം വിടാൻ പോലും പറ്റുന്നില്ല. അവർ എല്ലാം ആ അന്തരീക്ഷം പോലും അതീവ തീവ്രമായ ഒരു ദുരന്തവും വലിയ രക്തച്ചൊരിച്ചിലും വരാൻ പോകുന്നത് തിരിച്ചറിയുന്നുണ്ട്. ആ മാതൃത്വത്താൽ ലോകം ഇപ്പോൾ അവസാനിക്കുകയാകാം. കഴിവുണ്ടായവർ ആ അമ്മ വ്യാളിയെ നോക്കി.

ആ പാറക്കഷ്ണം വന്ന് പതിച്ച നിമിഷം മുതൽ അത് നിശ്ചലയായി നിൽക്കുകയാണ് ഒരു ഞരക്കം പോലും ഇല്ല. അതിന് ശേഷം ഒരുപക്ഷെ അപ്പോൾ ആണോ ശെരിക്കും എന്താണ് സംഭവിച്ചത് എന്ന് അത് മനസ്സിലാക്കി എടുത്തത് എന്ന് പലർക്കും തോന്നിയ ആ നിമിഷം.

അത് ഏതാനം തവണ ഏങ്ങി. അത് കേട്ടവർപലരും അവിടെ മരിച്ചു വീണു. അതിവിഷാദത്താൽ ആത്മഹൂതിചെയ്യാൻ ആ നാദം കേട്ടവർ ആശിച്ചു. അതിന്റെ ശ്വാസഗതിയും ഏങ്ങലിന്റെ താളവും ഉയരുന്നത് സർവരും അറിഞ്ഞു അതിന്റെ ഏങ്ങൽ ആ നിമിഷം പരിണമിച്ചു. അതിന്റെ തൊണ്ടയിൽനിന്നും അതിഭയങ്കരമായ ഒരു അലർച്ചയായി അത് പുറപ്പെട്ടു. അത് ആർക്കും ഊഹിക്കാവുന്നതിലുമൊക്കെ അതിതീവ്രമായിരുന്നു. എല്ലാവരും മരങ്ങളും എല്ലാം അക്ഷരാർത്ഥത്തിൽ വിറച്ചു.

അപ്പോൾ അവിടെ കൂടി നിന്നിരുന്നവരെല്ലാം, അവർ അന്നേ വരെ കണ്ടിട്ടില്ലാത്തതും ആ വ്യാളിക്ക് സാധിക്കും എന്ന് ചിന്തിച്ചിട്ടുപോലും ഇല്ലാത്തതുമായ ഒരു കാര്യത്തിന് സാക്ഷ്യം വഹിച്ചു... ആ അലർച്ചയോടൊപ്പം അഗ്നി അതിന്റെ വായിൽ നിന്ന് പുറത്തേക്കു പുറപ്പെട്ടുവന്നു. അതിശക്തമായിരുന്ന ആ അഗ്നി അത് ആ പുറംതിരിഞ്ഞു ഓടുന്ന സംഘത്തിന് നേർക്കു ശ്വസിച്ചു. അപ്പോൾ ആ നേർക്ക് ആ അഗ്നിയുടെ വഴിയിൽ ഉണ്ടായിരുന്ന മരങ്ങളും ആ സൈന്യത്തിൽ മിക്കവരും മുൻപേ ഓടിയിരുന്ന മാദ്യക്കിന്റെ പുറകുവശവും എല്ലാം ഗുരുതരമായി വെന്തും കരിഞ്ഞും പോയി. അധിക പാക്കിംഗ് മെറ്റീരിയൽ ഉണ്ടായിരുന്ന മാദ്യക്കിന്റെ കുണ്ടിക്ക് തീ ആളി കത്തി.

കുണ്ടിക്ക് തീപിടിച്ചതിന് ശേഷവും മാദ്യക് ഓട്ടം തുടരുകയായിരുന്നു. പിന്നെ ആ തീ കെട്ടു. അപ്പോളും അവൻ ഓടുകയാണ് അവൻ അവന്റെ നഗ്നമായ, വെന്ത് കരിഞ്ഞ കുണ്ടി തന്റെ സർവ്വ ജനതയ്ക്കും മുൻപിൽ പ്രദർശിപ്പിച്ചുകൊണ്ട് ഒടിഞ്ഞ മുഴങ്കാലുകളുമായി ഓടിക്കൊണ്ടിരുന്നു.

ഇതൊക്കെ സംഭവിക്കുംമുമ്പേ ദുരന്തത്തിന്റെ വരവറിയിച്ചുകൊണ്ടൊരു കാഹളം എല്ലാവരുടെയും തലയിൽ മുഴങ്ങിയപ്പോൾ കശ്യപൻ ഒട്ടും അമാന്തിക്കാതെ അതിന്റെ കാലുകൾക്കിടയിൽ ഇരുന്നിരുന്ന ആ മുട്ടയ്ക്ക് അരികിലേക്ക് പാഞ്ഞിരുന്നു. എല്ലാവരും ഈ പറഞ്ഞതിനൊക്കെ സാക്ഷിയായിക്കൊണ്ടിരിക്കുമ്പോൾ, അവൻ ആ വിള്ളൽ പരിശോധിക്കുകയായിരുന്നു. അത് വളരെ ചെറുതായിരുന്നു. തീർച്ചയായും ഈ തോട് ഞാൻ വിചാരിച്ചതിലും 1000 മടങ്ങ് കടുപ്പമേറിയതാണ്. കശ്യപൻ ചിന്തിച്ചു. ആ വ്യാളി തീതുപ്പിക്കൊണ്ടിരിക്കവെ അവൻ ആ വിള്ളൽ കളിമണ്ണ് കുഴച്ചു ചേറുണ്ടാക്കി കൃത്യമായി അവിടെ തേച്ചു സീൽ ചെയ്തു. പക്ഷെ

അതിന് മുൻപ് അവൻ ആ വിള്ളലിലൂടെ അകത്തുനിന്ന് പുറത്തേയ്ക്ക് ചെറിയൊരളവ് ദ്രാവകം ഒലിച്ചിറങ്ങിയത് ഒരു ചെറു പാത്രത്തിൽ ശേഖരിച്ചിരുന്നു. ആരുടേയും ശ്രദ്ധയിൽപ്പെടാതെ ചെയ്തു എങ്കിലും ഭൃഗു മാത്രം അത് കണ്ടു. അവൻ പുഞ്ചിരിച്ചു.

ആരാണ് കൂടുതൽ ഭ്രാന്തൻ ഈ കുരുതിക്കളത്തിനു നടുക്ക് ഒരു ജനതയുടെ മുഴുവനും രാജാവ് കിടന്നു തല്ലുകൊള്ളുമ്പോൾ പ്രൊഫഷണൽ അഡൈ്വസ് കൊടുക്കുന്ന താനോ. ഇതാ അതിനകം അതിൽ പ്രവർത്തിച്ചു തുടങ്ങിയിരിക്കുന്ന കശ്യപനോ???

--

ഏതാനം ദിവസങ്ങൾക്ക് ശേഷം.

ആ ബീസ്റ് ഇപ്പോൾ മുട്ടയോടൊപ്പം ശാന്തയായി ചുരുണ്ട് ഇരിക്കുകയാണ് ആ പോരാട്ടത്തിൽ അതിന്റെ നെസ്റ്റ് നശിച്ചു പോയിരുന്നു. അതിനും മറ്റു വ്യാളികൾക്കും എല്ലാം ഇരിക്കാൻ അനുനാക്കികൾ കൂടുതൽ സുരക്ഷിതമായ ഒരു സ്ഥലം ആ അബ്സുവിനടുത്തു തന്നേ കൊടുത്തു. അതിന്റെ മുട്ട വിരിയും വരെ അതുങ്ങളെ ഒരു രീതിയിലും ശല്യം ചെയ്യുകയില്ല എന്ന് വരുണന്ന് അവർ വാക്കും കൊടുത്തു.

ആ പഴയ ദിവസം:

2 താടിയെല്ലും മറ്റു പല അസ്ഥികളും പൊട്ടി ആകെ മുറിവേറ്റു കാലുകൾ ഒടിഞ്ഞു കുണ്ടിപൊള്ളി ആവി പറന്നു കിടന്ന മാദ്യക്കിനെ മെഡിക്കൽ കെയറിലേക്ക് കൊണ്ട് പോയി കമഴ്ത്തി കിടത്തി.

അവിടെ വച്ചുള്ള പരിശോധനയിൽ അവന്റെ പിടലിക്കും കൈക്കും സാരമായി പരിക്ക് പറ്റിയിരുന്നു എന്ന് കണ്ടെത്തി. അവൻ

അതറിയാതെ ആ കൈവീശി പാറയെടുത്തു എറിഞ്ഞതിനാൽ ആ പരിക്ക് രൂക്ഷമായി ആ കൈയ്യുടെ സ്വാധീനം എന്നെന്നേക്കുമായി കുറഞ്ഞുപോകും എന്നത് വെളിപ്പെട്ടു. എങ്കിലും ആ കൈയുടെ അസ്ഥിയിൽ ഉണ്ടായ ഒടിവ് അവർ അപ്പോൾ തന്നേ ശസ്ത്രക്രിയയിലൂടെ കൂട്ടിച്ചേർത്തു പക്ഷേ ആ ഒടിവിന്റെ ഘടന കാരണം അത് പരിഹരിച്ചപ്പോൾ ആ കൈക്ക് അല്പം നീളകുറവ് സംഭവിച്ചു.

ഏതായാലും ഇനി കുറേയേറേ കാലം അവൻ ആ കിടപ്പ് തന്നേ കിടക്കേണ്ടി വരും എന്ന് തീരുമാനം ആയി, അവന് ഇനി അവന്റെ പൃഷ്ഠം ഒന്നേലും എടുത്തുവെക്കുവാൻ അതിലും ഏറെ കാലത്തേയ്ക്ക് സാധിക്കുകയില്ല. എന്തേലേലും വെക്കുന്നത് മറന്നേക്കൂ, അത് ഒരു നൂലിഴകൊണ്ട് എങ്കിലും മറച്ചുവെക്കുവാൻ പോലും ആവുകയില്ല. അതേ അവന്റെ കുണ്ടി സുദീർഘമായ ഒരു കാലത്തേയ്ക്ക് നഗ്നമായി കിടക്കേണ്ടതാകുന്നു. അതേ കമന്നുകിടക്കുന്ന അവന്റെ മുഖം ആർക്കും കാണാൻ പറ്റിയില്ലെങ്കിലും ആ കുണ്ടിയുടെ സൗജന്യ പ്രദർശനം വരുന്നവർക്കും പോകുന്നവർക്കും എല്ലാം അക്കാലമത്രയും ഉണ്ടായിരിക്കും. ഏതായാലും തൂറ്റലിന്റെ അസുഖം ഉണ്ടായിരുന്ന ദേവരാജൻ ഒരു കാര്യത്തിൽ ഭാഗ്യവാനാണ് ഇനി കുറേ ഏറെ കാലം അത്യാവശ്യത്തിന് എങ്കിലും തൂറുന്നതിനെ പറ്റി ചിന്തിക്കുകപോലും വേണ്ട. പുറത്തേക്കു അങ്ങനെ വല്ലോം കളയണമെങ്കിൽ ഇനി വേറെ വഴി നോക്കണം. അപ്പോൾ ചുരുക്കി പറഞ്ഞാൽ ലോകത്തിൽ അവന്റെ ശല്യം കുറേ നാളേക്ക് ഇനി കാണില്ല.

ആ.. അതൊരു ആശ്വാസമാണ്. ആശ്വാസംതന്നെയാണ്.

12

അങ്ങനെ ആ സംഭവ വികാസങ്ങൾ എല്ലാം കഴിഞ്ഞു ഏദനിൽ അറ്റകുറ്റപണികൾ തുടങ്ങി, പൊള്ളലേറ്റ മരങ്ങൾ വ്യണങ്ങൾ ഉണക്കി വീണ്ടും ആരോഗ്യം വീണ്ടെടുത്തു തുടങ്ങി. രംഗം താത്കാലികമായി ഒന്ന് ശാന്തമായി. അപ്പോൾ ഒരുദിവസം സൂര്യനിൽ നിന്നും അനുനാകികൾ, നടന്നതൊക്കെയും അറിഞ്ഞു.

അവർ കിങ്ങുവിനെക്കുറിച്ച് അറിഞ്ഞു! അതിലുപരി അവന്റെയും ആ വ്യാളികളുടെയും എല്ലാം അമ്മയേ- ടിയാമത്തിനെ കുറിച്ച് അറിഞ്ഞു! അവളുടെ പള്ളയിൽ ഉറങ്ങുന്നവരേക്കുറിച്ച്, ഈ ഭൂമിയിലെ ബഹളം കാരണം സഹികെട്ട് ഉറക്കം തടസപ്പെട്ട് അവളിൽനിന്നും ഇനിയും ഉണർന്നു വരുവാൻ സാധ്യത ഉള്ള അവരേക്കുറിച്ച്, അറിഞ്ഞു!

'വർക്കേഴ്സ്' പറയുമ്പോൾ മുത്തശ്ശിക്കഥകൾ പോലെ തോന്നുമെങ്കിലും സൂര്യന്റെ വർണ്ണന ദൃക്സാക്ഷി വിവരണം പോലെ ആയിരുന്നു അവർക്ക് അനുഭവപ്പെട്ടത്. എന്നും, ആ ദേശത്തുചെന്നു അന്തിയുറങ്ങുന്ന, രാത്രി ആ ദേശത്തിലൂടെ സഞ്ചരിക്കുന്ന ഒരുവന്റെ പോലെ.

അവർ അവന് ചെവി കൊടുത്തു, വളർന്നു കൊണ്ടിരിക്കുന്ന തന്റെ മക്കൾക്ക് അപകടം ഉണ്ടാക്കിക്കൊണ്ട് അവരുടെ പിതാവിനെ തടഞ്ഞു വെക്കുകയും ഭൂമിയിൽ ആകെ ബഹളം വെച്ച് അവയെ എല്ലാം ഉപദ്രവിക്കുകയും ചെയ്ത ജനതയെ നശിപ്പിപ്പാൻ, തന്റെ മക്കളുടെ നന്മയേ കരുതി ഭൂമിയിൽ ഉള്ളവരെ തുടച്ചുനീക്കുവാൻ അവൾ മഹാ പ്രളയം കൊണ്ടുവരാൻ ആലോചിച്ചതിനെ കുറിച്ച് അങ്ങനെ ആ സൃഷ്ടാക്കൾ ഞെട്ടലോടെ അറിഞ്ഞു.

പിന്നീട് നിസ്സാരരായ ഭൂവാസികളെക്കുറിച്ചു അവൾ പരിതപിച്ചപ്പോൾ, അവരെ നശിപ്പിപ്പാൻ ഇതിനകം ഒരുങ്ങിക്കഴിഞ്ഞിരുന്ന വേറെ

ചിലർ ഉള്ളപ്പോൾത്തന്നെ അവരെ രക്ഷിക്കാൻ അവൾ ശ്രമിച്ചതിനെക്കുറിച്ച് അറിഞ്ഞു.

അതിനായി തന്റെ പ്രിയ പുത്രനെ, തന്റെ സമയം ആയിട്ടില്ലാത്ത, ഉണർന്നുപോയ ആ സൽപ്പുത്രനെ കടൽ അയച്ചതാണ്. കിങ്ങുവെന്ന അവളുടെ ആ രാജകുമാരനെ കൊന്ന്, പ്രളയത്താലുള്ള അതി ഭീകരമായ ഒരു ന്യായവിധി ആ സൃഷ്ടികളുടെ മുഴുവൻ തലയിൽ എടുത്തു വെച്ചു..... മാദ്യക്!!

"ഇനി, അവൻ അവസാനമായി പറഞ്ഞപോലെ.. അവൾ ആ പ്രളയം കൊണ്ടുവരും!!!! അവളെ എനിക്ക് അറിയാം. ആ സ്ത്രീ അത് ചെയ്യും. സർവ്വതിനേയും തുടച്ചു നീക്കി നിങ്ങൾ നിർമിച്ചതും ഈ കാട്ടിക്കൂട്ടിയതും എല്ലാം വ്യഥാവിലാക്കികൊണ്ട് അവൾ ജലം കൊണ്ട് ഉള്ള ആ ന്യായവിധി തീർച്ചയായും കൊണ്ടുവരും.!!!"

സൂര്യൻ അത് പറഞ്ഞ് തന്റെ വഴിക്കു പോയി.

"ഇനി അവൾ അടങ്ങിയിരിക്കും എന്ന് തോന്നുന്നുണ്ടോ, അവൾ പ്രതിക്രിയ ചെയ്യും. അവളുടെ മകനെ നമ്മൾ കൊന്നുകളഞ്ഞു." "ഇനി എന്ത്?, ആർക്കേലും ഉത്തരമുണ്ടോ.....? ഇനി എന്ത്?" അവർ തമ്മിൽ തമ്മിൽ ചോദിച്ചു.

"എലോഹിമിനോട് സഹായം അഭ്യർത്ഥിപ്പാൻ പറ്റില്ല, നമ്മളിൽ നിന്നാണ് അന്യായം ഉണ്ടായത്." "അതേ അതിനു നമ്മൾ പരിഹാരം ചെയ്യണം. അല്ലെങ്കിൽ പ്രളയം കൊണ്ടുവരുന്നത് അവരായിരിക്കും- എലോഹിം." അനുനാകികൾ തമ്മിൽ പറഞ്ഞു

"അന്തരീക്ഷത്തിൽ മുകൾ ഭാഗത്ത് വലിയ അളവിൽ നീരാവി നിറഞ്ഞു നില്കുന്നത് ആദ്യമായി ഇവിടം കണ്ടപ്പോൾതന്നെ നിങ്ങളും ശ്രദ്ധിച്ചതല്ലേ. ആ മേഘങ്ങളിൽ ഒന്ന് സീഡ് ചെയ്യേണ്ട താമസമേ ഒള്ളൂ ഭീകരമായ സംഹാര ശേഷിയോടെ ആ ജലം

എല്ലാംകൂടി പ്രഹരിക്കുമാറ് ഇവിടെ വന്ന് പതിക്കും." അനുനാക്കി പറഞ്ഞു.

"വേഗം അവനെ ജീവിപ്പിക്കണം!!!!" അവരിൽ ഒരുവൻ പരിഹാരം ഇടയ്ക്കു കേറി വിളിച്ച് പറഞ്ഞു.

"അതിനു നമ്മൾക്ക് കഴിവില്ലല്ലോ"

"കഴിവുള്ള ഒരാൾ ഉണ്ട്.. പക്ഷേ അതിൽ ഒരു പ്രശ്നവും ഉണ്ട്" അത്യന്തിക ഗൗരവം ഉള്ള ഒന്നാണ് താൻ പറഞ്ഞത് എന്ന ബോധ്യത്തോടെ ആയിരുന്നു ആ അനുനാക്കി അത് പറഞ്ഞത്.

"ആര്??" മറ്റുള്ളവർ ഒരേ സ്വരത്തിൽ ചോദിച്ചു.

"അരുണോദയപുത്രനായ ശുക്രൻ!!"

"പക്ഷേ..." അവർ പറയാൻ മടിച്ചു.

"അതേ.... എന്നാലും. റിക്വസ്റ്റ് കൊടുത്ത് നോക്കാം" ആദ്യം പറഞ്ഞവൻ അവർ മുഴുമിക്കാതെ നിർത്തിയതിന് മറുപടി പറഞ്ഞു

അൽപ്പസമയത്തിന് ശേഷം...

എലോഹീമിൽ നിന്നും അനുനാക്കികൾക്ക് അനുവാദം ലഭിച്ചു. *തങ്ങളുടെ പൂർണ ഉത്തരവാദിത്തത്തിൽ എല്ലാ വരുംവരാരികകളും ഏറ്റെടുക്കാമെങ്കിൽ അവർക്ക് അയാളെ കുറച്ചുകാലത്തേക്ക് ഭൂമിയിലേക്ക് കൊണ്ടുവരാം പക്ഷേ മറ്റു തടവുപുള്ളികൾ അവനെ കാണരുത് അവൻ ഇത്രയും കാലവും അവിടെ അവരുടെ ഇടയിൽ തന്നെയുണ്ടായിരുന്നു എന്ന് അവർ അറിയരുത്. ഇതായിരുന്നു വ്യവസ്ഥ.*

"വേഗം വരുണനെ വിളിക്കൂ!!" മറുപടി വന്നതും അനുനാക്കികളിൽ ആരോ ഭൂമിയിൽ അക്ഷമയോടെ ഉറക്കെ പറഞ്ഞു.

അങ്ങനെ വരുണൻ വന്നു, അവർ കഥകളെല്ലാം അവനെ അറിയിച്ചു, വരുണൻ ആ ഉദ്യമം ഏറ്റെടുത്തു. വേഗം കുറച്ചുപേർ ആ രാജകുമാരന്റെ ശരീരം വീണ്ടെടുക്കുവാൻ അയക്കപ്പെട്ടു. മൂന്ന് ദിവസത്തെ യാത്രയുണ്ട്.

അനുനാകികൾ, ശുക്രനെ തടവിലാക്കിയിരിക്കുന്നത് എവിടെയാണെന്ന ആ അതീവ രഹസ്യസ്വഭാവവമുള്ള വിവരങ്ങൾ വരുണനോട് പറഞ്ഞുകൊടുത്തു.

ഭൂമിയുടെ രണ്ടാമത്തെ ഉപഗ്രഹത്തിലെ, അതായത് സൂര്യന്റെ വരുതിയിൽ നില്കുന്നവയിൽ മൂന്നാമത്തെ ഏറ്റവും വലിയ തടവറയിൽ ആണല്ലോ ഭൂമിയിൽ നിന്ന് അവനോടൊപ്പം അന്ന് പിടിച്ചവരെ എല്ലാം തടവിൽ പാർപ്പിച്ചിരിക്കുന്നത് അവരെ ഭൂമിയിൽ നിന്ന് നീക്കും മുൻപേ തന്നേ അയാളെ സ്ഥാനം വെളിപ്പെടുത്തിയിട്ടില്ലാത്ത ഏതോ അതിരഹസ്യമായ തടവറയിൽ പാർപ്പിക്കാൻ വേണ്ടി പിടിച്ചു കൊണ്ടുപോയത് വരയേ സർവ്വർക്കും ഇതുവരെ അറിയുമായിരുന്നൊള്ളൂ.

പക്ഷേ അയാളെ കൊണ്ടുപോയ ആ തടവറയും അതേ കാരാഗൃഹത്തിൽ തന്നെയായിരുന്നു. അവർ വസിക്കുന്ന, ഒരു ജനതയെ മുഴുവൻ ഉൾക്കൊള്ളാവുന്ന അതേ കൂറ്റൻ തടവറ കോംപ്ലക്സിൽ അവിടെ ഭൂമിതുരന്നു നിർമിച്ച ആർക്കും അറിയാത്ത ഒരു രഹസ്യ അറ ഉണ്ട്. ഈ ഗാലക്ടിക് ക്ലസ്റ്ററിൽ തന്നേ ഉള്ളതിൽ ഏറ്റവും ഹൈ സെക്യൂരിറ്റി പ്രിസൺ സെൽ. വാതിൽ ഇല്ലാതെ നിർമിക്കപ്പെട്ട വായുമാത്രം കടക്കുന്ന അതിൽ അയാളെ ഇട്ടിരിക്കുകയാണ്. ആ ദിവസം മുതൽ, ഇപ്പോൾ ഈ നിമിഷവും, അയാളിൽ വിശ്വസിച്ച അയാളുടെ ജനതയോടൊപ്പം തന്നെ, ആ ഭൂമിക്കുള്ളിൽ അവരുടെ നടുവിൽ തന്നെ അയാൾ ഉണ്ട്. അവിടുന്ന് ആണ് അയാളെ ഇറക്കികൊണ്ടു വരേണ്ടത് . അനുനാകികൾ വരുണനോട് പറഞ്ഞു.

പക്ഷേ അയാൾ എവിടെയായിരുന്നു എന്ന് മറ്റ് തടവുപുള്ളികൾ അറിയരുത് എന്നത് അവരുടെ നിർബന്ധം ആയിരുന്നു എന്ന് തിരിച്ചറിയാൻ പറ്റുന്നുണ്ടല്ലോ, അവർക്ക് ഇപ്പോഴും അത് നിർബന്ധം തന്നെയാണ്. അനുനാക്കികൾ വരുണനെ ഓർമിപ്പിച്ചു.

വരുണൻ ഭൂമിയെ രക്ഷിക്കാൻ ആ ഉദ്യമത്തിന് ഇറങ്ങി.

ഇതെ സമയം തന്നേ ലാബിൽ ആ വ്യാളീമുട്ടയിൽ നിന്നും എടുത്ത ലിക്വിഡ് വെച്ചുള്ള കശ്യപന്റെ ക്രീയേഷൻ റിസർച്ച് വിജയത്തിലേക്ക് അടുക്കുകയായിരുന്നു.

"വായു അല്ലാതെ ഒന്നിനും അതിനുള്ളിലേക്ക് കടക്കാൻ പറ്റുകയില്ലാത്ത വളരെ ടൈറ്റ് സെക്യൂരിറ്റി പ്രിസൺ സെൽ." ആ ഉദ്യമത്തിന് അങ്ങനെ വരുണൻ വായു ദേവന്റെ സഹായം ആവശ്യപ്പെട്ടു. വായുദേവന്റെ സഹായത്താൽ അയാളെ സെല്ലിനു പുറത്ത് ഇറക്കി. വലിയ ഒരു മൺകുടത്തിനകത്ത് ആക്കി ഒളിച്ചു കടത്തി മറ്റാരും കാണാതെ പ്രൊ-മിതിയ ചെയ്ത് അഥവാ പ്രമുഷ്നാതി ചെയ്ത് അഥവാ മോഷ്ടിച്ച്, താഴെ ഭൂമിയിൽ കൊണ്ടുവന്ന് ഏദൻ തോട്ടം പണിതിരിക്കുന്ന ആ മലയുടെ അടുത്ത് എത്തിച്ചു, വരുണൻ. അവൻ ചെയ്ത ആ പ്രവർത്തി അവന്റെ നാമത്തിന് ഒരു പര്യായമായി തീർന്നു. അത് അവന് പുതിയ ഒരു അപരനാമം നേടിക്കൊടുത്തു-പ്രമുസ്നാതിയസ്.

ഏദനു പുറത്ത് ഭൃഗു കാത്തു നിൽക്കുന്നുണ്ടായിരുന്നു. അവൻ ഉടനെ തന്നെ ബാക്കിയുള്ളവർക്കും ആ വാർത്ത കൈമാറി. ആ ഏഴ് അനുനാക്കികൾ ക്ഷണിച്ചിട്ട്, അരുണോദയ പുത്രനായ ശുക്രൻ ഏദൻ തോട്ടത്തിൽ കാൽ എടുത്തുവെച്ചു.

ആ ശരീരം എത്തിച്ചു തരൂ ജീവിപ്പിച്ചു തരാം. ഏദനിൽ ആ കെട്ടിടത്തിൽ ആ വട്ടത്തിൽ പരന്ന മേശയ്ക്ക് ചുറ്റും ഒരാളായി അവരുടെ ഉപചാരങ്ങൾ സ്വീകരിച്ച് ഇരിക്കവെ അയാൾ അനുനാകികളോട് പറഞ്ഞു.

അങ്ങനെ ശരീരം കൊണ്ടുവരുവാൻ അയക്കപ്പെട്ടിരുന്ന ആൾക്കാർ മടങ്ങിവരുവാൻ അവർ കാത്തിരുന്നു.

ആ അയക്കപ്പെട്ട ആൾക്കാർ അവിടെ ആ സ്ഥലത്തു ചെന്നെങ്കിലും ശരീരമോ ആ കവചമോ ഒന്നും അവിടെ കണ്ടെത്തുവാൻ ആർക്കും സാധിച്ചില്ല. കവചം സൂര്യൻ ബഹുമാനത്തോടെ മുമ്പേതന്നെ എടുത്തിരുന്നു.

അവർ ആ ശരീരം കാണാതായ വാർത്തയുമായി മടങ്ങി എത്തി.

ശുക്രൻ കൈ മലർത്തി. തനിക്ക് വശമുള്ള മൃതസഞ്ജീവനി എന്ന മന്ത്രം ഉപയോഗിച്ചു തനിക്ക് ആരെയും ജീവിപ്പിക്കാം സത്യം. പക്ഷേ അതിന് അവരുടെ ശരീരം വേണം, അല്ലാതെ പറ്റില്ല.

അനുനാകികൾ കുഴങ്ങി. ഇനി എന്ത് ചെയ്യും ...അവർ സമ്മേളിച്ച ആ ഇടത്ത്, ഇനി എന്ത് എന്ന് അവർ പല വഴികളും ആലോചിച്ചു കൊണ്ട് ഇരുന്നു.

ആ രാത്രി സമയം, പുറത്ത്, അവർക്ക് ചുറ്റുമുള്ള ഏദനിൽ, കിങ്ങുവിനെ പുനർജീവിപ്പിപ്പാൻ ആവില്ല എന്നറിഞ്ഞ്, അബ്സു ഇനിയും കോപിച്ച് അവരെയെല്ലാം പ്രളയത്താൽ കൊല്ലും എന്ന് ഭയന്നാവാം എന്ന് സംശയിക്കുന്നെങ്കിലും അജ്ഞാതമായ കാരണത്താൽ 'വർക്കേഴ്സ്' എല്ലാം പ്രതിഷേധിച്ചു. ഇനി പണി ചെയ്യാൻ പറ്റില്ല എന്നറിയിച്ച് പണി ആയുധങ്ങളും അവ വെക്കാനും അവർക്ക് വിശ്രമിക്കാനും ഉണ്ടാക്കിയ ചെറു കൂടാരങ്ങളും എല്ലാം കത്തിച്ചു കളഞ്ഞു. അഗ്നിവാഹകൻ ആയിരുന്ന ശുക്രൻ തിരികെ എത്തി ഏദന്റെ ഹൃദയത്തിൽ കസേരയിട്ട് ഇരുന്ന ആ ദിവസം തന്നേ അത് സംഭവിച്ചത് യാദിർശ്ശികമാകാം. അല്ലേ?

ഓഫീസ് കെട്ടിടത്തിനകത്ത് കിങ്ങുവിനെ പുനർജീവിപ്പിക്കാൻ ഉള്ള വഴികൾ ആലോചിച്ചു തലയ്ക്കു ചൂടുപിടിച്ചിരുന്ന അനുനാകികളുടെ വട്ടത്തിൽ പരന്ന മേശയിലേക്ക് വേഗംതന്നെ ആ

വാർത്തയും വന്നു. ദൂരെ ആ കൂടാരങ്ങളും മറ്റും എരിയുന്നത്, അഗ്നി ഉയർന്നു കത്തുന്നത് അവർക്ക് അവിടെ നിന്നാൽ കാണുകയും ചെയ്യാമായിരുന്നു.

"അവരെ പുറത്താക്കൂ, ഈ നിമിഷം തന്നേ. പുറത്താക്കി ഏദൻ അടച്ചിടൂ. പണിയൊന്നും നടന്നിലേലും കുഴപ്പം ഇല്ല വ്യാളികൾക്ക് ബുദ്ധിമുട്ടുണ്ടാകരുത്."

ശുക്രൻ നിർവികാരമായ മുഖത്തോടെ ഒരഭിപ്രായവും ഇല്ലാതെ ഇരുന്നു.

വ്യാളികളെയും അഗ്നിയും സൂക്ഷിച്ചിരിക്കുന്ന ആ ഏദനിൽ ഇനിയും അവരെ നിർത്താൻ പറ്റില്ല എന്നറിഞ്ഞ അനുനാകികൾ ആ രാത്രിതന്നെ അവരെയെല്ലാം ഇറക്കിവിട്ടു. പണികൾ എല്ലാം നിർത്തിവെച്ചു. അങ്ങനെ അനിശ്ചിത കാലത്തേക്ക് ഏദൻ അടച്ചു.

അങ്ങനെ ആ വ്യാളികൾ സ്വസ്ഥമായി വീണ്ടും അവിടെ ചുരുണ്ടിരുന്നു. അനുനാകികൾ വീണ്ടും ആലോചനയിൽ ആഴ്ന്നു.

സമയം കടന്നുപോയപ്പോൾ അവിടെ നിന്നിരുന്നവനായ വരുണന്റെ ആ ശിങ്കിടിയെ അനുനാകികളിൽ ഒരുവൻ തലപൊക്കി നോക്കി, "അവിടെ രക്തം കിടപ്പുണ്ടായിരുന്നോ? " അയാൾ തിരക്കി.

"ഉവ്വ് ഉണ്ടായിരുന്നു" താൻ കണ്ട അവിടം മനസ്സിൽ ഓർത്തെടുത്ത് അവൻ മുൻപോട്ട് വന്നുകൊണ്ടു പറഞ്ഞു.

"എങ്കിൽ അത് തന്നേ" അനുനാക്കികൾ സർവരും തമ്മിൽ തമ്മിൽ പറഞ്ഞു.

"വരുണാ നീ ഇവരെ വിട്ട് അവിടുന്ന് രക്തം വീണ ആ മണ്ണ് ഇവിടേയ്ക്ക് എടുത്തുകൊണ്ടു വരീക്കണം. ഏതായാലും ഏദനിൽ ഈ സമയം തന്നെ ജോലിക്കാരും ഇല്ലാതായയ്ത് ഇതോർമ്മിപ്പിക്കാനായിരിക്കും.

നിർത്തിവെച്ച ഇതുവരെ വിജയിക്കാതെ പോയ ആ പ്രൊജക്റ്റ് നമ്മൾ വീണ്ടും തുടങ്ങുന്നു. ഏദെനിലെ പാലകരായി നിർമിക്കാൻ ശ്രമിച്ചു വിജയത്തിന്റെ വക്കോളം എത്തി പരാജയപെട്ടുകൊണ്ടിരുന്ന ആ പ്രൊജക്റ്റ്."

"എനിക്കറിയാമായിരുന്നു അതിൽ എന്തോ മിസ്സ് ചെയുന്നുണ്ടെന്ന്, ഇതാകാം അത്, അടിസ്ഥാനമാകാൻ പരിശുദ്ധമായ ഒരു രക്തം."

"അതേ അത്ര നിർമ്മലനായ ഒരു ജന്മത്തിന്റെ രക്തം ഉപയോഗിച്ച് നമ്മൾക്ക് അവരെ നിർമിക്കാം "

"അവരും ഈ ഭൂമിയിൽ വസിക്കട്ടേ. ശേഷം നല്ലതെന്ന് നമ്മൾ കണ്ടാൽ അവർ വംശം വർധിച്ചു ഈ ഭൂമിയിൽ പേരുകട്ടേ"

"തന്റെ മകൻ വസിക്കുന്ന ഈ ഭൂമി അവർ നശിപ്പിക്കുവാൻ മുതിരില്ലല്ലോ. അങ്ങനെ ഈ ലോകത്തിന്റെ മേൽ വന്ന ആ പാപക്കറ അവനിലൂടെ നീങ്ങി പോകട്ടേ, ആ ആദിപാപത്തിൽനിന്ന്, ആ ന്യായവിധിയിൽ നിന്ന് ഈ ഭൂവാസികളെ സൃഷ്ഠിക്കപ്പെട്ട മനുഷ്യൻ- അവൻ രക്ഷിക്കട്ടേ"

അങ്ങനെ ആ രക്തം വീണ മണ്ണ് എടുത്തുകൊണ്ടുവരുവാൻ മനുഷ്യർ അയക്കപെട്ടു.

ഏദെൻതോട്ടത്തിൽ നക്ഷത്രം വീണപോലെയുള്ള അഗ്നിയും പ്രകാശവും ഉണ്ടായ ആ രാത്രിയിൽ എന്തായിരുന്നു അനുനാക്കികളുടെ സംസാരത്തിൽ കേട്ട, പുറംലോകം അറിയാതിരുന്ന ആ ഹ്യൂമനോയ്ഡ് പ്രൊജക്റ്റ്?

ഏദൻ തോട്ടത്തിൽ വലിയ ചുമടെടുപ്പും വെട്ടും കിളയും വേണ്ട സമയമെല്ലാം കഴിയാറാകുന്ന ഘട്ടമാകുമ്പോളേക്കും ആ വർക്കേഴ്സിൽ നിന്ന് ജനിക്കുന്ന പുതു തലമുറയെ ചിട്ടയോടെ വളർത്തി അവരിൽ തിരഞ്ഞെടുക്കപെടുന്നവരെ തോട്ടം പരിപാലിക്കുന്ന ജോലി ഏല്പിക്കുകയും ശേഷം [യഥാർത്ഥ] 'വർക്കേഴ്സിനെ' എല്ലാം കോളനിയിലേക്കു തിരികെ വിടുകയും ചെയ്യാം എന്നും ആയിരുന്നു ഏദൻ പണി തുടങ്ങുന്നതിന് മുൻപ് അനുനാക്കികൾ എലോഹീമിന്റെ മുൻപിൽ അവതരിപ്പിച്ച പദ്ധതിയിൽ ഉണ്ടായിരുന്നത് ആ മാതൃകയ്ക്ക് തന്നെയായിരുന്നു എലോഹിം അന്ന് പെർമിറ്റും കൊടുത്തത്.

അങ്ങനെ വളരെ പണ്ടു തന്നെ അനുനാകികൾ വർക്കേഴ്സിന്റെ പുതുതലമുറകളിലെ കുട്ടികളെ അവരിൽ നിന്നകറ്റി ഒറ്റയ്ക്ക് പാർപ്പിച്ചു മെൻഡ് ചെയ്തും തുടങ്ങിയിരുന്നു. പക്ഷേ അബ്സു 'വർക്കേഴ്സിന്റെ' ജീവൻ എടുക്കാൻ തുടങ്ങിയപ്പോളും അതിന് മുമ്പുതൊട്ടും ഭയത്താലും മറ്റും ആയി പലപ്പോഴായി വർക്കേഴ്സിൽ പ്രതിക്ഷേധവും ലഹളയും ഒക്കെ കണ്ടുതുടങ്ങിയപ്പോൾ, ആ വംശത്തെ ഏദെനിൽനിന്നും മൊത്തമായും ഒഴിവാക്കണം എന്നവർ ഉറപ്പിച്ചു. മാത്രവുമല്ല എലോഹിം അവിടെ ഏദനിൽ വരുമ്പോൾ പുറത്താക്കപ്പെട്ട ഒരു ജനത അവർക്ക് ഇടയിൽ ഉള്ളത് ഭംഗിയല്ല എന്നും അനുനാകികൾക്ക് ആ സമയം തോന്നി.

എന്നാൽപിന്നെ ആ എക്സോട്ടിക് ഗാർഡനിൽ വളരെ എക്സോട്ടിക് ആയ ഒരു ജന്തുവിന്റെ ഒരു ജോഡി! ആകാരത്തിൽ അവരുടെ തന്നെ ഒരു ചെറു പതിപ്പ് - എന്ന് എലോഹിം തന്നെയാണ് ഒരിക്കൽ ആവശ്യപെട്ടത്. അത് അങ്ങനെ ചെയ്തുകൊടുത്താൽ അത് ശരിക്കും അത്ഭുതകരമായിരിക്കും എന്ന് അനുനാകികൾ കണക്ക് കൂട്ടി. അങ്ങനെയാണ് ഹ്യൂമനോയ്ഡ് പ്രൊജക്റ്റ് തുടങ്ങിയത്. തുടങ്ങുമ്പോൾ, ഗാർഡൻ ഒരു സ്വയം നിലനിൽക്കുന്ന എക്കോസിസ്റ്റമായി മാറുന്നതിനു മുൻപുതന്നെ, ഹ്യൂമനോയ്ഡ് പെയർ എന്ന നിർമ്മിതി പെർഫെക്റ്റഡ് ആക്കി ഇറങ്ങി കഴിഞ്ഞിരിക്കും എന്ന് അനുനാക്കികൾ കരുതിയിരുന്നു.

അങ്ങനെ തോട്ടത്തിന്റെ പണികൾ ഒരു ഭാഗത്ത് നടന്നിരുന്ന കാലത്ത്, അബ്സു പ്രശ്നമുണ്ടാക്കുകയും, മാദ്യക് ഇന്ദ്രനാകയും ഒക്കെ ചെയ്യുന്നതിന് വളരേ മുൻപ് തന്നെ ആ തോട്ടത്തിന്റെ ഗുഢതയിൽ അത് അവർ തുടങ്ങിയിരുന്നു. പല ഇനങ്ങൾ അതിന്റെ ഭാഗമായി ഉരിത്തിരിയുക ഉണ്ടായിയെങ്കിലും ഒന്നും തൃപ്തികരമാകാതെ പരാജിതരായി ഓരോതവണയും, നിർമിച്ചവയെ, അതിന്റെ നിർമാണത്തിന്റെ പല ഘട്ടങ്ങളിലായി അവർ ഉപേക്ഷിച്ചു ഭൂമിയിലേക്ക് ഇറക്കി വിടുക പതിവായിരുന്നു അങ്ങനെ സമയം കടന്ന്പോകവേ സ്വന്തം കഴിവുകളെ അവർ സംശയിച്ചു തുടങ്ങിയ കാലത്ത് ആണ് ആ വ്യാളികളുടെ പ്രശ്നവും മറ്റും നടന്നത്. അതിന് ശേഷം അങ്ങനെ ആ മുട്ടകളിൽ നിന്നും സാമ്പിൾ ശേഖരണവും ഗവേഷണവും ഒക്കെയായി, കുറേകാലം അതിന് പിന്നാലെ പോയി. ഇപ്പോൾ അതിന്റെ അവസാനഘട്ടം എത്തിയപ്പോൾ ഏതായാലും അതിൽ നിന്നും ശക്തമായ മൂന്ന് ഇനങ്ങൾ വിജയകരമായും തൃപ്തികരമായും തയാറായി വരുന്നുണ്ട്.

എങ്കിലും ഹ്യൂമനോയ്ഡ് പ്രൊജെക്ടിലെ വിജയം ഇപ്പോഴും അവർക്ക് അപ്രാപ്യമായി തന്നേ നിലനിന്നിരുന്നു. ഇതിനോടകം തന്നേ ഭൂമിയിൽ ഉരിത്തിരിയുകയും വർക്കേഴ്സുമായി ക്രോസ്സ് ആകുകയും ഒക്കെ ചെയ്തിരുന്ന ചില ഇനങ്ങൾ ഭൂമിയിൽ ഉണ്ടായിരുന്നുവല്ലോ, അവയെ പിടിച്ച് അവയിൽ മാറ്റം വരുത്തിയും, അല്ലാതെ സ്വയം ഉണ്ടാക്കിനോക്കിയിട്ടു അവർ തൃപ്തിപ്പെടാത്തതും, അവർ തൃപ്തിപ്പെട്ടിട്ട് എലോഹിമിനെ കാണിച്ചപ്പോൾ എലോഹിം റിജെക്ട് ചെയ്തതുമായി ഉള്ള ഹ്യൂമനോയിഡുകൾ ഡസൻ കണക്കിന് ആയിരുന്നു അവർ വേണ്ടാന്ന് വെച്ച്, മറ്റു ഹ്യൂമനോയിഡുകൾ ഇതിനോടകം ഉള്ള ഭൂമിയിലേക്ക് ഡംപ് ചെയ്തിരുന്നത്.

അവയെല്ലാം ബുദ്ധി കൂടിയ ഇനങ്ങളും മൃഗങ്ങളെ അപേക്ഷിച്ചു ബുദ്ധി വിശേഷിച്ചു കൂടാത്ത ഇനങ്ങളും ഒക്കെയായി അവഅവക്കോരോ വർഗ്ഗത്തിനും ഉണ്ടായിവന്ന സ്വഭാവവിശേഷണത്താൽ പരസ്പരം ഇടകലർന്നും കലരാതെയും കൂട്ടമായും കുടുംബമായും ശാന്തരായും അക്രമികളായും ടെറിട്ടറികൾ ഉണ്ടാക്കിയും ഉണ്ടാക്കാതെയും നിലനിൽക്കുന്നുണ്ടായിരുന്നു.

വരുണന്റെ കൂട്ടുകാർ മണ്ണുമായി വരാറാകുന്നു. പക്ഷേ ആ പ്രോജെക്ടിലേക്ക് കേറും മുൻപ് തുടങ്ങിവെച്ച പ്രൊജക്റ്റ് പൂർത്തിയാക്കുവാൻ കശ്യപൻ വേഗത്തിൽ പ്രവർത്തിച്ചു. ഭൃഗു ആണ് അന്ന് ആ ദുരന്തത്തിന്റെ നടുക്ക് നിൽകുമ്പോൾ, അവന് ആ പ്രോജെക്ടിനുള്ള ഐഡിയ കൊടുത്തത്. ആ രാജാവ് ഒരു ബഫൂണിനെ പോലെ അന്തരീക്ഷത്തിലൂടെ അമ്മാനമാടപ്പെട്ട സമയത്ത്, അവൻ മനസ്സിൽ അവയേ നിർമ്മിക്കുകയായിരുന്നു. ആ 'രാജാവിന്റെ' ദേഹത്ത് എത്ര എല്ലുകൾ പൊട്ടാതെ ശേഷിക്കുന്നുണ്ട് എന്ന് ഇപ്പോളും കശ്യപനറിയില്ല. ഒന്നോ? രണ്ടോ? പക്ഷേ താൻ ആ മുട്ടകളിൽ നിന്നും ഉണ്ടാക്കുന്ന ജീവികൾ എത്ര ഗംഭീരമാരിക്കും എന്ന് അവന് ആ സമയം ആ നിമിഷങ്ങളാൽ ഊഹിക്കാമായിരുന്നു. ദേവന്മാരെയും അസുരന്മാരെയും, ഒരുപക്ഷേ വാടക ആയ അമ്മമാരായ, അദിതി, ദിതി, ധനു - ഇവർ പ്രസവിച്ചത് ആയിരുന്നെങ്കിൽ, അതിൽ നിന്ന് ഏറെ വിഭിന്നമായി ജന്തുക്കൾ ഇപ്പോൾ മുട്ടകളിൽ നിന്ന് ആണ് ജനിക്കാൻ പോകുന്നത്. ഒഴിച്ചുകൂടാനാവാത്ത അടയിരുപ്പും ചൂടുകൊടുപ്പും നടത്തി അവയേ വിരിയിച്ചു വളർത്തിയെടുക്കാൻ പോകുന്ന അമ്മമാർ, ഭൃഗു നിർമിച്ച സ്ത്രീകളിൽ തന്നേ കദ്രു, വിനത എന്ന മറ്റു രണ്ടു പേർ ആയിരുന്നു.

ഉയർന്ന വിരിയൽ സാധ്യത ലക്ഷ്യം വെച്ച്, നിർമാണത്തിൽ ഇരിക്കുമ്പോൾ തന്നേ ആ ജനനങ്ങളിൽ സഹായിക്കാൻ പോകുന്ന ആ രണ്ടു സ്ത്രീകളോടും മുട്ടകളെപ്പറ്റിയുള്ള അവരുടെ ഇഷ്ടങ്ങളും ഏതു വലിപ്പത്തിൽ ഉള്ള എത്ര എണ്ണം മുട്ടകൾ അവർക്ക് കൈകാര്യം ചെയ്യാൻ ആത്മവിശ്വാസം ഉണ്ട് എന്നും ഓക്കെ അവൻ ചോദിച്ചറിഞ്ഞിരുന്നു.

കദ്രു, ഏതു വലിപ്പത്തിൽ ഉള്ള എത്ര എണ്ണം മുട്ടകളും അവൾക്ക് പരിപാലിക്കാൻ കഴിയും എന്ന് പറഞ്ഞു. അവളുടെ സംസാരത്തിൽ നിന്നും കദ്രു അസംഖ്യം കുഞ്ഞുങ്ങളെ ആഗ്രഹിക്കുന്നു എന്നവൻ ഗ്രഹിച്ചു അവളുടെ ആഗ്രഹ തീവ്രതയാൽ അത് അവൾക്ക്

പരിപാലിക്കാൻ കഴിഞ്ഞേക്കും. പക്ഷെ വലിപ്പത്തെ പറ്റി അവൾക്ക് കൃത്യമായ അഭിപ്രായം ഇല്ലായിരുന്നത് വലിപ്പത്തെപ്പറ്റി ഒരുപക്ഷെ അവൾ ചിന്തിച്ചിട്ടുണ്ടാവില്ല എന്നത് അവന് വ്യക്തമാക്കി. അവൻ ഓർത്തു, വീമ്പു പറച്ചിൽ ഉള്ള ഒരു സ്ത്രീയാണവർ. ചിലപ്പോൾ കഴിവും കണ്ടേക്കാം. പക്ഷേ അവർക്ക് മുട്ടകൾ കൊടുക്കുമ്പോൾ എണ്ണം മുകളിലേക്ക് പോകുകയാണെങ്കിൽ മുട്ടകളുടെ വലിപ്പം ഏതായാലും പറ്റുന്നത്ര കുറയ്ക്കണം.

മറ്റേ സ്ത്രീ പക്ഷേ പറഞ്ഞത് അവളാൽ ആവുന്നത്ര ശ്രദ്ധ അവൾ കൊടുക്കാം ഏറ്റവും ശ്രേഷ്ഠമായി തന്നെ പരിപാലിക്കാം, പക്ഷേ അങ്ങനെ അവൾക്ക് കഴിയണമെങ്കിൽ എണ്ണം അഞ്ചിൽ താഴെ ആയിരിക്കുന്നതായിരിക്കും നല്ലത്. ആ വാക്കുകളിൽ ഒരു സ്വാർത്ഥത നിഴലിക്കുന്നുണ്ടായിരുന്നത് അവൾക്ക് അറിയുവാൻ കഴിവില്ലായിരുന്നെങ്കിലും, ആ മറുപടി അവന് നന്നേ ബോധിച്ചു. അവളിൽ അവന് വിശ്വാസം വർധിച്ചു. അവൻ അതിനാൽ കൂടുതൽ ഗംഭീരമായ ഒരു ജന്തുവിനെ അവൾക്കായി നിർമിക്കാൻ തീരുമാനിച്ചു. കൂടുതൽ സംസാരിച്ചതിൽ നിന്ന് അവൾക്ക് വലിപ്പം ഒരു വിഷയമാവില്ല എന്നുതോന്നിയിരുന്നു. ഏതായാലും അവൾക്കായി നിർമ്മിക്കുന്നതിന്റെ വലിപ്പം വലുതായിരിക്കും. അങ്ങനെ അവൻ ആ വ്യാളിയുടെ എഗ്ഗ് സാമ്പിളിൽ നിന്നും രണ്ട് വിത്യസ്ത ഇനം ജന്തുക്കളെ നിർമിച്ചു. മൂന്നാമതൊന്നും ഇതുപോലെത്തന്നേ തയാറായി വരുന്നുണ്ടായിരുനെങ്കിലും ചില കാരണങ്ങളാൽ ആ നിർമാണം നിർത്തിവെക്കപ്പെട്ടു.

അവർക്ക് ഇത് വേഗത്തിൽ ഒതുക്കിയിട്ടു വൈകിക്കാതെ ആ മറ്റേ പ്രധാന പ്രോജെക്ടിലേക്കു കടക്കണമായിരുന്നു. അതില്ലാതെ ഏദൻ - അവരുടെ പ്രധാന ലക്ഷ്യം മുന്നോട്ട് പോകില്ല എന്നതിനെക്കാൾ ഏദനേയും ഭൂമിയിൽ ആ ദൈവങ്ങൾ കാട്ടിക്കൂട്ടിയ സർവ്വതിനേയും രക്ഷിക്കുവാൻ അവൻ നിർമിക്കപ്പെട്ടേ മതിയാകുവായിരുന്നോള്ളൂ.

ആ ധൃതിയും ആ മൂന്നാമത്തെ ജന്തുവിന്റെ നിർമാണം തുടരാതെ പെട്ടന്ന് നിർത്തികളഞ്ഞതിന് ഒരു കാരണമാവാം.

അങ്ങനെ ധൃതിയിൽ ആ പ്രോജക്കിന്റെ അവസാനഘട്ടം പൂർത്തിയാക്കി. ആദ്യത്തെ സ്ത്രീയ്ക്ക് നാഗവർഗം എന്ന് പേരിട്ട ജന്തുക്കളുടെ മുട്ടകൾ കൊടുത്തു - ചെറിയ നൂറു മുട്ടകൾ. രണ്ടാമത്തെ സ്ത്രീയ്ക്കോ രണ്ടേ രണ്ടു മുട്ടകൾ കൊടുത്തു - കൂറ്റൻ രണ്ടു മുട്ടകൾ.

ഇനി ആ സ്ത്രീകൾ ആ മുട്ടകൾ ഇൻക്യൂബേറ്റ് ചെയ്തു അതുങ്ങളെ വിരിയുമാറാക്കണം, അവയെ വളർത്തണം, വലുതാക്കണം. അവർ രണ്ടും ആ പ്രൊജക്റ്റ് പൂർത്തിയാകും വരെ ഇനി ഏദനിൽ തന്നെ കഴിയേണം.

അവർക്ക് ഏദനിൽ മുട്ടകളുമായി ഇരിക്കാൻ യോജിച്ച രണ്ടിടങ്ങളിലായി അവരെ ഇരുത്തി. ഇനി എല്ലാം... ആ അമ്മമാരുടെ മാത്രം കൈയിൽ! ആമേൻ.

13

അനുനാക്കികൾ ആ മുട്ടകളുടെ കാര്യം എല്ലാം അങ്ങനെ ക്രമപ്പെടുത്തി തത്കാലത്തേക്ക് അവസാനിപ്പിച്ചു. ഹ്യൂമനോയ്ഡ് പ്രൊജക്റ്റ് വീണ്ടും അവരുടെ വിഷയം ആയി.

വരുണന്റെ ആൾകാർ ഇതിനിടയിൽതന്നേ ആ മണ്ണ് അവരുടെ ലാബിൽ എത്തിച്ചുകഴിഞ്ഞിരുന്നു.

പക്ഷേ.....,

അതിൽ അവർക്ക് വലിയ ഒരു പിഴവ് സംഭവിച്ചു. പിന്നീട് ലോകത്തിന്റെ ഗതിയെതന്നേ സ്വാധീനിച്ച ചിലതിനു കാരണമായ ഒരു പിഴവ്.

അന്ന് ഇന്ദ്രൻ അവിടെ ചെന്ന സമയത്തും ആ കുമാരനെ കൊന്ന സമയത്തും ഒക്കെ അവൻ കണ്ടിരുന്നില്ലേ അവിടെ മണ്ണിൽ മുൻപുതന്നെ രക്തം വീണു കിടപ്പുണ്ടായിരുന്നു എന്ന്.

കാരണം ആ ഗുഹ ശുക്രൻ പണ്ട് വെട്ടേറ്റ് വീണതിന് ശേഷം ആ ഉണങ്ങാത്ത മുറിവുമായി കിടന്നിരുന്ന സ്ഥലം ആണ്. അന്ന് അങ്ങനെ ആ മുതുകിൽ നിന്ന് വീണ രക്തമാണ് ആ കിടന്നിരുന്നത് എന്നും പറഞ്ഞിരുന്നല്ലോ ആ കുമാരന്റെ രക്തവും അതിനോട് കലരാതെ വേറൊരു ഭാഗത്ത് ആണ് വീണത് എന്നും പറഞ്ഞു.

ഈ പയ്യന്മാർ ചെന്ന് നോക്കിയപ്പോൾ രണ്ട് ഇടങ്ങളിലായി രണ്ടു തരം മണ്ണിൽ രക്തം വീണു കിടക്കുന്നത് അവർ കണ്ടു, മണ്ണ് രണ്ടു തരം ആയിരുന്നതിനാൽ അവർ വെവ്വേറെയായി രക്തം കുടിച്ച രണ്ടു തരം മണ്ണും ശേഖരിച്ചു കൊണ്ടുവന്നു. വീണ്ടും ദിവസങ്ങൾ കഴിഞ്ഞ് ആ മുട്ടകളുടെ കാര്യം എല്ലാം ക്രമപ്പെടുത്തിയ ശേഷം അനുനാകികൾ ആ മണ്ണ് പരിശോധിച്ചു. നല്ല ചുമന്ന നിറമുള്ള

മണ്ണും! വളക്കൂറുള്ള ഹ്യൂമുസ് സമ്പുഷ്ടമായ കറുത്ത മണ്ണും! രണ്ടും രക്തം കുടിച്ചു കുതിർന്നത് തന്നേ! രണ്ട് തരം മണ്ണ് കണ്ടപ്പോൾ അവർക്ക് സന്തോഷമായി രണ്ട് പേർക്കും രണ്ട് നിറം, അവർ കണക്കു കൂട്ടി. അപ്പോഴും അവരും കരുതുന്നത് അത് ഒരേ ആളുടെ, ആ നിർമലനായ, രാജകുമാരന്റെ രക്തം വീണ രണ്ട് തരം മണ്ണുകൾ ആണെന്നായിരുന്നു.

അങ്ങനെ ആ തെറ്റുധാരണയിൽ ആ കുമാരന്റെ രക്തം വീണ ചെമ്മണിൽ നിന്നും ആദാമിനെയും, ആ, ലൂസിഫർ ആയിരുന്ന ശുക്രന്റെ രക്തം വീണ കറുത്ത വളക്കൂറുള്ള മണ്ണിൽ നിന്നും സ്ത്രീയെയും സൃഷ്ടിച്ചു.

ശുക്രനും ആ നിർമാണം കണ്ടുനിന്നു, എങ്കിലും തന്റെ ദൈവമുമ്പാകെ അല്ലാതെ അവൻ സാത്താൻവേഷം കെട്ടിയിരുന്നില്ലാത്തതിനാൽ അവൻ ആ നിർമിതിയിൽ കുറ്റങ്ങൾ കണ്ടെത്തിയില്ല.

ആ ഏഴ് പുരുഷന്മാരുടെ കൈപ്പണിയാൽ ആ കുമാരന്റെ രക്തത്തിൽ നിന്ന് ആദം എന്ന മനുഷ്യൻ സൃഷ്ടിക്കപ്പെട്ടു മറ്റേതിൽ നിന്ന് സ്ത്രീയും. അങ്ങനെ ആണും പെണ്ണുമായി ഒരു ബ്രീഡിംഗ് പെയർ ഓഫ് മനുഷ്യർ നിർമ്മിക്കപ്പെട്ടു. ഉല്പത്തി 1:27

14

ലാബിൽ ആ നിർമാണം നടക്കുന്നതിന്റെ ഏതോ ഘട്ടത്തിൽ പുറത്ത് അതിനു ചുറ്റുമുള്ള ഏദെൻതോട്ടത്തിൽ, അടയിരിക്കുന്ന ആ സ്ത്രീകൾ തമ്മിൽ ചിലത് നടന്നു.. ഒരു തർക്കം..

എങ്ങനെ ഇത്ര കൂടുതൽ മുട്ടകൾ പരിപാലിക്കപ്പെടും എന്നും ഇതിൽ പലതും ചീത്തയായി പോയേക്കും എന്നും ഒരുവൾ. മറ്റവൾ രണ്ട് മുട്ട ഉള്ളവളോട് പറഞ്ഞു: "ഇതെന്തും മാത്രം വലുപ്പമേറിയ മുട്ടയാണ് ഇതെങ്ങനെ പരിപാലിക്കും ചെറുതായിരുന്നെങ്കിൽ പരിപാലിക്കാൻ കഴിയുമെന്ന് പിന്നേയും പ്രതീക്ഷ ഉണ്ടായിരുന്നു"

ആ വാഗ്ദാനം അവർ ഒരു പന്തയം വെക്കുന്നതിൽ കലാശിച്ചു. ആരുടെ മുട്ട ആദ്യം വിരിയുന്നുവോ അവൾ മറ്റവൾക്ക് യജമാനത്തി ആയിരിക്കും. മറ്റവൾ അവൾക്ക് ദാസി ആയിരിക്കണം. രണ്ടുപേരും സമ്മതിച്ചു. മുട്ടകൾക്ക് ചൂട് കൊടുക്കൽ തുടർന്നു.

പക്ഷെ ആ 100 മുട്ടകൾ ലഭിച്ചവൾ തന്ത്രശാലി ആയിരുന്നു. മാത്രമല്ല ആ മുട്ടകൾ വ്യാളികളിൽ നിന്നാണ് നിർമ്മിക്കപ്പെട്ടത് എന്ന അറിവും അവൾക്ക് ഉണ്ടായിരുന്നു. അടയിരിക്കുന്ന ആ വ്യാളി ആ അരുവിക്കു അടുത്താണ് വസിക്കുന്നത് എന്നതും, അവിടം ആ വെള്ളം വളരെ ചെറിയ കണികകളായി പരിസരം എല്ലാം തെറിക്കുന്ന സ്ഥലമാണ് എന്നതും അവൾക്ക് അറിവുള്ളതായിരുന്നു. ആ വ്യാളി ഈ ദിവസങ്ങളിൽ വളരെ ഏറെ സമയം തീ തുപ്പുന്നത് അവൾ കാണുന്നുണ്ടായിരുന്നു. അത് അങ്ങനെ ആ ജലം തിളക്കാൻ കാരണമാകുകയും ആ നീരാവി അതിന്റ മുട്ടകൾക്ക് ചുറ്റും രൂപപെടുവാൻ ഇടയാക്കുകയും ചെയ്യുന്നത് അവൾ ശ്രദ്ധയോടെ മനസിലാക്കിയിരുന്നു. അവൾ തന്റെ മുട്ടകൾക്കുമേലും അത് പരീക്ഷിക്കുന്നതിനെ പറ്റി ചിന്തിച്ചു.

തിളയ്ക്കുന്ന വെള്ളം അവളുടെ മുട്ടകളുടെ ട്രേയുടെ അടിയിൽ വെയ്ക്കപ്പെട്ടു. അങ്ങനെ സ്ഥിരമായി ചൂടും ഈർപ്പവുമുള്ള കാലാവസ്ഥ ആ മുട്ടകൾക്ക് ലഭിച്ചു. കാലം കടന്നുപോയി.

ഇപ്പോഴെക്കും രക്തം ചേർത്ത മണ്ണ് കുഴച്ചുണ്ടാക്കിയ ജീവികളുടെ ഹാർഡനിങ് കാലഘട്ടം അവസാനിച്ചിരുന്നു അവ ഏദനിലേക്ക് അഴിച്ചുവിടപെടുവാൻ പ്രാപ്തരായി. അതിനുള്ള തയാറെടുപ്പുകൾ തുടങ്ങി.

15

ആ മലമുകളിൽ, അവർ ലാബിൽ നിന്നും പുറത്ത് ഏദനിലെ മരങ്ങൾക്കിടയിലേക്ക് ഇറക്കപെട്ടു. അവർ അവിടെ ആദ്യമായി എത്തുമ്പോഴേക്കും, ഇപ്പോൾ, അബ്സുവിനെ നിയന്ത്രിച്ചു നിർത്തിയിരുന്ന അതിലേ വാട്ടർ കോഴ്സിലെ നാല് പ്രധാന ചാലുകളിൽ യൂഫ്രട്ടീസ് ടൈഗ്രിസ് എന്നിവ കൂടാതെ മറ്റു രണ്ടും കൂടി, അതിന്റെ അതിബഹുത്തായ ഉപകനാൽ സിസ്റ്റങ്ങൾ മുഴുവനും ആയി ഫുൾ ഫ്ളെഡ്ജിൽ പ്രവർത്തനസജ്ജമായി അതിന്റെ മഹാ പ്രതാപ കാലത്തിൽ എത്തിക്കഴിഞ്ഞിരുന്നു.

അനുനാക്കികൾ, ആദ്യമായി ആ തോട്ടം കണ്ട അവരോട്, അതിനെപ്പറ്റി അഭിമാനത്തോടെ പറഞ്ഞുകൊടുത്തു. "ഈ പ്ലാന്റ്ഷനിൽ എവിടെ എന്ത് നടണം എന്ന് കൃത്യമായ രൂപരേഖ ഉണ്ടായിരുന്നു." "അതും പ്രകാരം നടാനുള്ള വിത്തുകളോ, എലോഹിമിന്റെ സ്റ്റോറേജ് ഫസിലിറ്റിയിൽ നിന്നും നേരിട്ട് കൊണ്ടുവരികയായിരുന്നു." ആദാമിനോടും സ്ത്രീയോടും അവിടം കാണിച്ചുകൊടുക്കവെ ആ അനുനാക്കികൾ അഭിമാനത്തോടെ

പറഞ്ഞു, "ഈ പ്രപഞ്ചത്തിലെ ഏറ്റവും പ്രീമിയവും എക്സോട്ടിക്കുമായ തോട്ടമാണ് ഈ നിർമ്മിക്കപ്പെടുന്നത്."

തോട്ടത്തെ പറ്റി എന്തൊക്കെയോ മനസ്സിലായെങ്കിലും എന്താണ് ഈ എലോഹിം എന്ന് ആദമിന് മനസിലായില്ല.

അങ്ങനെ അവർ ആ തോട്ടത്തിൽ ജീവിക്കാൻ തുടങ്ങി.

ആ സൃഷ്ടിക്കപ്പെട്ട പുരുഷനും സ്ത്രീയ്ക്കും ആ തോട്ടം നോക്കി നടത്തുന്ന ചുമതല ആയിരുന്നു. അവർ രണ്ട് പേർ ഒറ്റയ്ക്ക് അങ്ങനെ ആ തോട്ടം പരിപാലിച്ചു വന്നു.

കാലം കടന്നു പോയി. വൃക്ഷങ്ങൾക്ക് പലതിനും പ്രായം തികഞ്ഞു. അവ പുഷ്പിക്കുവാനും ഫലങ്ങൾ പുറപ്പെടുവിക്കുവാനും തുടങ്ങി. തോട്ടത്തിൽ ഉള്ള എല്ലാവരും ആ തോട്ടത്തിൽ നിന്നും ഭക്ഷിച്ചു.

സൃഷ്ടാക്കളായ അനുനാക്കിഴഷികൾ ഇവരെ നിർമിച്ചപ്പോൾ മനഃപൂർവം ഇവർക്ക് നന്മതിന്മകളെ കുറിച്ചുള്ള അറിവിന്റെ ഫലത്തിന്റെ നീര് ചാണയിൽ ഉരച്ച മോതിരത്തിന്റെ സ്വർണം ചാലിച്ച് വായിൽ തൊട്ട് കൊടുത്തിരുന്നില്ല. കാരണം അത് ലഭിച്ചാൽ പിന്നെ മറ്റുള്ളവരും ഇവരും തമ്മിൽ എന്ത് വ്യത്യാസം. പിന്നെ വർക്കേഴ്സിനെ ഓടിച്ചതെന്തിന്.

മാത്രവുമല്ല ആ കിങ്ങു എന്ന രാജകുമാരനിൽ നിന്നുള്ളവരാകയാൽ സ്വബുദ്ധി കൊടുക്കാതെ അടക്കി നിർത്തുന്നതാണ് സുരക്ഷിതം എന്ന് അവർക്ക് തോന്നി. അവരെ ഇപ്പോൾ തോട്ടം ജോലിക്കുവേണ്ടി നിർമിച്ചു. തോട്ടം പരിപാലിക്കുന്ന, തങ്ങളുടെ പൂർണ നിയന്ത്രണത്തിൽ ഉള്ള അവ തങ്ങൾ തീരുമാനിക്കുമ്പോൾ പെറ്റുപെരുകി ഏറ്റവും അനുസരണയുള്ള ഒരു വർഗം ആകും ആ ടിയാമുത്ത് അപ്പോൾ ഈ ഭൂമിയെ നശിപ്പിക്കാതിരിക്കും. തോട്ടം കേടുവരുത്താതിരിക്കും.

16

ഏദൻ പരിപാലിച്ചിരുന്ന അവരിൽ ആ സ്ത്രീ ഒരു അളവിൽ മാനസിക നിലവാരത്തിൽ ആ ആണിനേക്കാളും അല്പം ഉയർന്നവൾ ആയിരുന്നു. അവളിൽ ഓടുന്ന രക്തത്തിന് അതിൽ എന്തേലും പങ്ക് കാണുമായിരിക്കും.

ആ പുരുഷൻ അവളുടെ ഇനം ആയിരുന്നില്ല. തീർച്ചയായും സാഹസികൻ അല്ല. എങ്കിലും അവരുടെ ബന്ധം നല്ല രീതിയിൽ ആയിരുന്നു എന്ന് അവർ പറയും. ശരിയാണ് വഴക്കുകളോ ഒന്നും തന്നേ ഇല്ലായിരുന്നു. പക്ഷേ അവന് അവളുടെ മേൽ ആധിപത്യം വേണമായിരുന്നു. അത് അവൾക്ക് അംഗീകരിക്കാൻ ആവുമായിരുന്നും ഇല്ല.

പിന്നെ, അവർക്ക് സെക്സ് അത്ര ആസ്വാദ്യം ആയിരുന്നില്ല. അവർ അതിന് ശ്രമിക്കുമ്പോൾ ഒക്കേയും പുരുഷൻ മേൽക്കോയ്മക്കു ശ്രമിക്കുകയും അവൾ ഇഷ്ടപെടുന്ന പൊസിഷനുകൾ അവന്റെ. ഷോവനിസത്തെ പ്രതിരോധത്തിൽ ആക്കുകയും ചെയ്കയാൽ എങ്ങും എങ്ങും എത്താതെ തുടങ്ങുമുൻപേ തന്നേ നിർത്തുകയായിരുന്നു പതിവ്.

അവരുടെ സെക്സ് ലൈഫിനെ കുറിച്ച് മാത്രം ഒരിക്കലും സംസാരിക്കാതിരിക്കുന്നതായിരിക്കും നല്ലത് എന്ന്, ചോദിച്ചാൽ അവർ പറയും. കാരണം പിന്നീട് അവൻ അതിനു ശ്രമിക്കുകപോലും ചെയ്യാതെ ആയി. അല്ലാ എങ്കിലും അവളുടെ നിർബന്ധത്തിന് വഴങ്ങി ആദ്യകാലങ്ങളിൽ ശ്രമിച്ചിരുന്നു എന്നല്ലാതെ അഫ്രോഡീസിയാക്കായ അബ്സുവിൽ നിന്ന് ദിവസവും കുടിച്ചു ജീവിച്ചിട്ടും അവന് ആ കാര്യത്തിൽ വലിയ താല്പര്യം ഒന്നും തോന്നിയിരുന്നില്ല.

17

ഹ്യൂമൻ പ്രൊജക്റ്റ് വിജയമായതിനു ശേഷം. പൗർണ്ണമികളും അമാവാസികളും മകരചക്രാന്തികളും അനേകം കടന്നുപോയ, അവർ ഏദനിൽ താമസിക്കുന്ന കാലം. ഏദനിൽ അവർ വരുന്നതിനൊക്കെ മുൻപേ അടയിരിക്കാൻ തുടങ്ങിയിരുന്ന ആ രണ്ടു സ്ത്രീകളിൽ കദ്രുവിന്റെ മുട്ടകൾ ഒരിക്കൽ വിരിയാനുള്ള ലക്ഷണങ്ങൾ കാട്ടിത്തുടങ്ങി. ശേഷം, ദിവസങ്ങൾക്കുള്ളിൽ അവ വിരിഞ്ഞു- ആ നൂറു മുട്ടകളും. നാഗന്മാർക്കു ജന്മമായി. !!!

അങ്ങനെ നൂറ് ചെറിയ നാഗന്മാർ അവിടെ അവരുടെ കാലുകൾക്കിടയിലൂടെ ഓടിക്കളിച്ചു. പക്ഷേ ഇപ്പോഴും വിനാതയുടെ മുട്ടകൾ വിരിയുന്നതിന്റെ ഒരു സൂചനയും കാണിക്കുന്നുണ്ടായിരുന്നില്ല.

തന്നോടൊപ്പം ശയിക്കാൻ മടിക്കുകയും തനിക്ക് മക്കളേ നിഷേധിക്കുകയും ചെയുന്ന ആദാമിനോട് സ്ത്രീയ്ക്ക് വെറുപ്പുതോന്നിയില്ല, എങ്കിലും അവൾക്ക് കണ്ണുനീർ പൊടിഞ്ഞു. ആ കുട്ടികൾ അവളുടെ കാലുകൾക്ക് ചുറ്റും ഓടിക്കളിച്ചു വളർന്നു അവൾ അത് കണ്ട് മനസുഖം അനുഭവിച്ചു.

കാലം വീണ്ടും കടന്നുപോയി, പക്ഷേ ഇപ്പോഴും ആ രണ്ട് വലിയ മുട്ടകൾ വിരിയുന്നതിന്റെ ഒരു ലക്ഷണവും കാണിച്ചില്ല. അങ്ങനെ നാഗന്മാർ ജനിച്ചപ്പോൾത്തന്നെ ആ രണ്ടു മുട്ടകളുടെ ഫോസ്റ്റർ മദർ വിനാത പന്തയ വ്യവസ്ഥ പ്രകാരം അവരുടെ അമ്മയ്ക്ക് അടിമയായിത്തീർന്നിരുന്നു.

നാഗന്മാരുടെ അമ്മ കദ്രുവും അവൾ വളർത്തിയ നാഗന്മാരും അവളോട് വളരെ മോശമായിയായിരുന്നു പെരുമാറിയിരുന്നത്. അവർ സർവ്വസമയവും വളരെ ക്രുരമായി അവളെ പരിഹസിക്കുകയും വേദനിപ്പിക്കുകയും ചെയ്തിരുന്നു, അവൾ

എല്ലാം സഹിച്ചു, ഒന്നുമാത്രം, അവളിലെ മാതൃത്വത്തെ ചോദ്യം ചെയ്യുന്നത് മാത്രം അവൾക്ക് അതികഠിനമായിരുന്നു. അത് ഉപദ്രവിക്കുന്നവർ മനസിലാക്കിയിരുനെങ്കിലും ഇല്ലെങ്കിലും അവളുടെ ആ മുട്ടകൾ വിരിയാതെ ആയി പോയതിനെ പറ്റി അവളെ അവർ നിഷ്ട്ടൂരമായി തന്നേ പരിഹസിക്കുക പതിവാക്കി.

മക്കളെ പ്രസവിച്ചു വളർത്തുവാൻ അവസരം കിട്ടാതിരുന്ന ഒരുവളുടെയും, കിട്ടിയമക്കളെ ജനിപ്പിച്ചു ഭൂമിയിലേക്ക് കൊണ്ടുവരാൻ കഴിവില്ലാതെ അവയെ നശിപ്പിച്ചു കളഞ്ഞവൾ എന്ന് മുദ്രകുത്തപ്പെട്ടവളായ ഒരുവളുടെയും മുൻപിൽ ആ അമ്മയും മക്കളും വളർന്നു.

ഒരുവൾ അവരെ കരുതിവെച്ചിരുന്ന സ്നേഹം കൊടുത്തു താലോലിച്ചു മറ്റവൾക്കോ അതിനും അവസരം കൊടുക്കാതെ അവർ അവളെ ആട്ടി ആക്ഷേപിച്ചുകൊണ്ടേ ഇരുന്നു.

മക്കളെ ജീവനൊടെ ഉയർത്തികൊണ്ടുവരുവാൻ കഴിവില്ലാത്തവൾ ഒരിക്കലും ഒരു കുഞ്ഞിന്റെ അടുത്ത് വരുവാനോ ഒരു സ്ത്രീയായിരിക്കുവാനോ പോലും യോഗ്യയല്ല എന്ന്പറഞ്ഞായിരുന്നു അവർ അവളെ നോവിച്ചുകൊണ്ടിരുന്നത്.

അവളുടെ ആ മുട്ടകൾ ചീഞ്ഞു പോയി, ആ ശവപ്പെട്ടികൾ ആ മനോഹര തോട്ടത്തിൽ നിന്നും തന്റെ എന്തിനും പോന്ന മക്കളെകൊണ്ട് എടുത്ത് കളയിക്കും എന്നൊക്കെ നാഗന്മാരുടെ അമ്മ, അവൾ ആ മുട്ടകളെ പരിചരിക്കുന്നത് കാണുമ്പോൾ ഒക്കെയും, അവളോട് പറഞ്ഞു വന്നു. അങ്ങനെയെല്ലാം ആയപ്പോൾ ഒരു ദിവസം അവൾ, ഭ്രാന്തമായ ഒരു കാര്യം ചെയ്തു. കൈയിൽ കിട്ടിയ ഒരു പാറക്കഷ്ണം, അവൾ അറിഞ്ഞില്ല എങ്കിലും, അത് പണ്ട് മാദൃക് ആ വ്യാളിയുടെ മുട്ടയ്ക്ക് നേരേ എറിഞ്ഞ, ആ മുട്ടകളുടെ സൃഷ്ടിയിൽ പങ്കുവഹിച്ച അതേ പാറക്കഷ്ണം ആയിരുന്നു, അത് കൊണ്ട് അവൾ ആ മുട്ടകളിൽ ഒന്നിന്റെ തോട്

ഇടിച്ച് പൊട്ടിച്ചു. അവൾ അകത്തു കണ്ട കാഴ്ച, അയ്യോ ഏറ്റവും വേദനിപ്പിക്കുന്നതായിരുന്നു.

ലോകമേ! ഭൂമിയേ! ആകാശങ്ങളേ! കദ്രുവും മക്കളും അധിക്ഷേപിച്ചപോലെ ആ മുട്ടകൾ ചീഞ്ഞിരുന്നില്ല. ആ പൊട്ടിച്ച മുട്ടയ്ക്കുള്ളിൽ അയ്യോ, വളർച്ച പാതി കടന്നിരുന്ന, ചിറകുള്ള ഒരു പൊന്നോമന കുഞ്ഞ് ജീവനോടെ ഉണ്ടായിരുന്നു. നീ എന്നേ കൈവിട്ടതെന്ത് എന്ന് മുകളിലേക്ക് കണ്ണുകൾ ഉയർത്തി ആ കുഞ്ഞ് തന്റെ മാതാവിനോട് അത്യുച്ചത്തിൽ നിലവിളിച്ചു.

അപ്പോൾ, കണക്കുകൂട്ടലുകൾ തെറ്റിയ, ജനിക്കും മുൻപേ അവൻ ജനിച്ച, അവൻ നിലവിളിച്ച, ആ നിമിഷം, ആ അമ്മയുടെ തലയ്ക്കു പുറകിലെ ആകാശത്തിൽ അവളുടെ മുടിക്ക് മുകളിലെ ഭാഗത്ത് ഉണ്ടായിരുന്ന സൂര്യഭഗവാന്റെ പ്രകാശ രഥം അതിശോഭയോടെ ഭൂമിയിലേക്ക് ഇറങ്ങിവരുന്നത് സർവരും കണ്ടു. സൂര്യഭഗവാൻ അവനെ ആശ്വസിപ്പിച്ചു, തന്നോട് ചേർത്തുപിടിച്ചു ബലപ്പെടുത്തി, ഒരുകാലത്തും കൈവിടില്ല എന്ന് വാക്കുകൊടുത്തു സ്നേഹത്തോടെ അവനെ കൈക്കൊണ്ട് ആ രഥത്തിലേക്ക് കരേറ്റി. അങ്ങനെ അവനുമായി ആ അഗ്നി രഥം ആകാശത്തിൽ സപ്ത ശോഭയുള്ള ഒരു പാത ദൃശ്യമാക്കികൊണ്ടു മടങ്ങിപ്പോയി.

ഈ അത്ഭുതക്കാഴ്ചകൾ ആ ജനതയൊക്കെയും കണ്ടു. എങ്കിലും പിന്നേയും ആക്ഷേപത്തിന് കുറവൊന്നും വന്നില്ല. തന്റെ സ്വന്തം കുഞ്ഞിനെ കൊല്ലുവാൻ നോക്കിയവൾ എന്നായി ഇപ്പോൾ ആക്ഷേപം. "ഒരമ്മയ്ക്കു എങ്ങനെ തോന്നും തന്നെ മാത്രം വിശ്വസിച്ചു വളർന്നുകൊണ്ടിരിക്കുന്ന സ്വന്തം കുഞ്ഞിനെ, ജനിക്കുവാൻ പോലും അവസരം കൊടുക്കാതെ ഇങ്ങനെ ക്രൂരത ചെയ്യുവാൻ. പാതി വളർച്ച എത്തിയ അതും ഒരു ജീവനായിരുന്നു, തന്റെ അമ്മയെ മാത്രം വിശ്വസിച്ചു സമാധാനത്തോടെ ഉറങ്ങിക്കൊണ്ടിരുന്ന കുഞ്ഞിനെ, ആ അമ്മയെ കാണ്മാൻ പുറത്ത് വരുവാൻ പോകുന്ന കുഞ്ഞിനെ, ജനിച്ചാൽ ആദ്യം ആ അമ്മയെ

മാത്രം തിരക്കുന്ന കുഞ്ഞിനെ ക്രൂരമായി പ്രാകൃത ആയുധങ്ങൾ ഉപയോഗിച്ച് നശിപ്പിക്കുന്നു. അവളെ ഒരു അമ്മ എന്ന് വിളിക്കേണ്ടി വന്നാൽ എന്ത് അപമാനകരമാണ്" എന്ന് അവർ അവളെ കുത്തി നോവിച്ചുകൊണ്ട് ഇരുന്നു.

18

ഇടയ്ക്ക് സംഭവിച്ച കഥകൾ പറഞ്ഞു. ഇനി വീണ്ടും പുരുഷന്റെയും സ്ത്രീയുടെയും കഥയിലേക്കുവരാം.

ആദം അവളുടെ ടൈപ്പ് ആയിരുന്നില്ല എന്ന് നേരത്തേ പറഞ്ഞിരുന്നില്ലേ, അവൾ എപ്പോഴും പുറത്ത് ലോകത്തിലേക്കു പോകുവാനും മനുഷ്യരെ കണ്ടുമുട്ടുവാനും ആഗ്രഹം പ്രകടിപ്പിച്ചിരുന്നു. പക്ഷേ പുരുഷൻ എപ്പോഴും എതിർക്കും. അവൻ പറയും "അവർ നമ്മളെ ഇവിടെ ഈ തോട്ടത്തിൽ ആക്കിയിരിക്കുകയാണ്." "അവർ നമ്മളോട് ഇത് പരിപാലിക്കുവാൻ പറഞ്ഞിട്ടുണ്ട്." "ഈ തോട്ടം, ഇതിനു സമയത്തിന്റെ ഓരോ കണികയിലും നമ്മളെ ആവശ്യമാണ്." "നമ്മൾ ഈ തോട്ടത്തിന് ഉള്ളവരാണ്."

അപ്പോളൊന്നും അവൾ ഒന്നും പറയാറില്ല. കാരണം അവൾക്കറിയാം അതുകൊണ്ട് ഒരു പ്രയോജനവും ഇല്ലാ എന്ന്. അങ്ങനെ, അവൾ വിഷമത്തോടെ ആ മലയുടെ വിദൂര അറ്റത്തെക്കു പോകും. അവിടെ ഒരു കുന്ന് ഉണ്ട്. അതിന്റെ മുകളിലേക്ക് അവൾ കേറും അവിടെ നിന്ന് നോക്കിയാൽ ഭൂമി കാണാം. അവൾ അവിടെ നിന്ന് നോക്കും, അവിടെ നിന്ന് താഴെ ഭൂമിയിലേക്ക് നോക്കും, സർവ്വ ജനതകളെയും അവൾ കാണും. അവിടെവെച്ചാണ് അവൾ ആദ്യമായി അവളുടെ സുഹൃത്തിനെ കണ്ടുമുട്ടുന്നത്.

അവർ അന്ന് അവിടെവെച്ച് സംസാരിച്ചു, പിന്നേയും പിന്നേയും പിന്നേയും എല്ലാ ദിവസവും അവർ അവിടെ കണ്ടു സംസാരിച്ചു. അവളെ കാണുവാൻ ആ മലകേറി ഒരു ദിവസം പോലും മുടങ്ങാതെ അവൻ വന്നു.

എന്നും അവൻ അവളെ ആ പുറത്തുള്ള ലോകത്തെ കുറിച്ചും അവിടെ കാര്യങ്ങൾ എങ്ങനെയാണു പ്രവർത്തിക്കുന്നത് എന്നതിനെക്കുറിച്ചും എല്ലാം പറഞ്ഞു കേൾപ്പിക്കും, പഠിപ്പിച്ചുകൊടുക്കും.

അവളോ അവൾ അന്ന് രുചിച്ച പഴങ്ങളെ കുറിച്ചും അവിടെ പൂക്കുവാൻ വെമ്പുന്ന മരങ്ങളെ കുറിച്ചും, ആ ജലപാത അവളോട്, ആശയവിനിമയം നടത്തുവാൻ ശ്രമിക്കുകയാണ് എന്ന് അവൾക്ക് തോന്നുന്ന വിചിത്ര ചിന്തയെ കുറിച്ചും എല്ലാം പറയും. അവൾ സ്നേഹത്തോടെ അവനെ ആ ഉദ്യാനത്തിലേക്കു ക്ഷണിക്കും, അവൾ വാചാലയായി അവളുടെ മരങ്ങളും ഓർച്ചർഡുകളും കാട്ടികൊടുക്കുവാനാശിക്കും. അപ്പോൾ അവൻ പറയും ഇതിനോടകം ഇതിനകത്തു അവൾ കണ്ട കാഴ്ചകൾ ഓരോന്നും അവന് കാണാപ്പാഠമായി കഴിഞ്ഞു എന്ന്.

ഒഴിഞ്ഞുമാറലുകൾക്കൊടുവിൽ ഒരു ദിവസം, അതിനകത്തു കടപ്പാൻ അവന് അനുവാദം നഷ്ടപ്പെട്ടതിനെ പറ്റി അവൻ പറഞ്ഞു. അവൾ നൊമ്പരപെട്ടു. അവർക്കിടയിൽ ഉള്ള ഏദന്റെ വേലി അവൾ കണ്ടു.

പിന്നീടുള്ള ദിനങ്ങളിൽ എന്നും, ഒരു മനോഹര ദിവസം അവളെ കാണ്മാൻ ആ വേലിക്കകത്തു അവന് വരുവാൻ കഴിയും എന്ന് നക്ഷത്രങ്ങളെ നോക്കി നിൽകുമ്പോൾ അവർ രണ്ടുപേരും പ്രത്യാശിക്കും. ആ ദിവസത്തിനായി കാത്തുകൊണ്ട്, അവർ അന്നേയ്ക്കു പിരിയും. ഇങ്ങനെയായിരുന്നു അവരുടെ ദിനങ്ങൾ.

ആദമോ ഈ സമയം തോട്ടത്തിൽ നിയമങ്ങൾ എല്ലാം അതേ പോലെ പാലിച്ചു. അവിടെ തനിക്ക് അനുവദിച്ച ഭാഗത്ത് മാത്രം സ്ഥിരം പോകാറുള്ളപോലെ അവൻ സഞ്ചരിച്ചു. അവൻ ഒരേ ജോലികൾ തന്നേ ദിവസവും, തന്നോട് പറഞ്ഞിരുന്നപോലെ, വീണ്ടും വീണ്ടും അതെപോലെ തന്നേ അവർത്തിച്ചു ചെയ്ത് കൊണ്ടേ ഇരുന്നു.

ദിവസങ്ങൾ കടന്നുപോകവെ, ഒരു രാത്രിയിൽ ആ സുഹൃത്തുക്കൾ പിരിഞ്ഞപ്പോൾ അവൾ ചില തീരുമാനങ്ങൽ എടുത്തിരുന്നു.

അടുത്ത ദിവസം പകൽ അവൾ അന്നേക്കുള്ള അവളുടെ ജോലികൾ തിരക്കിട്ടു തീർത്തു. ശേഷം അവൾ അവിടമാകെ അവസാനമായി ഒന്ന് ചുറ്റി നടന്നു.

അപ്പോൾ, ഒന്ന് അവൾ ശ്രദ്ധിച്ചു. ആ തോട്ടത്തിന്റെ ഒത്ത നടുക്ക്, അതായത് ഈ ഭൂലോകത്തിന്റെ കൃത്യം നടുക്ക്, നല്ലവണ്ണം ശ്രദ്ധിക്കുന്നവരുടെയല്ലാതെ. ആരുടേയും കണ്ണിൽപെടാതെ പോകുന്ന ഒരു വൃക്ഷം ഉണ്ടായിരുന്നുവല്ലോ അതിൽ കാ പിടിച്ചിരിക്കുന്നു.

അവൾ ആ നിമിഷം, പണ്ട്, ഒരു ദിവസം അങ്ങനെ മരങ്ങളെ പറ്റിയും കായ്കളെ പറ്റിയും സംസാരിച്ചപ്പോൾ മിത്രം പറഞ്ഞത് ഓർത്തു. ആ തോട്ടത്തിലെ മരങ്ങളിൽ ഒന്നിന് മാത്രം ഉള്ള പ്രത്യേകത.- അതിന്റെ ചുവട്ടിൽ എപ്പോഴും ഒരു കുളം കാണും ആ മരം എപ്പോഴും ആ കുളത്തിനു മേലേക്ക് ചാഞ്ഞു നില്ക്കും. കലാപത്തിന് മുൻപ് 'വർക്കേഴ്സ്' അവസാനമായി ചെയ്തുകൊണ്ടിരുന്ന ജോലി ആ കുളം കുത്തൽ ആയിരുന്നു.

"'വർക്കേഴ്സ്' പ്രതിഷേധിക്കുകയും പ്രവർത്തനങ്ങൾ എല്ലാം താറുമാറാകയും ചെയ്തതിനാൽ ആ പ്രൊജക്റ്റ് ആ സമയം അനുനാകികൾക്ക് പൂർത്തിയാക്കാൻ സാധിച്ചില്ല ആ തോട്ടത്തിന്റെ നടുക്ക് ആ മരച്ചുവട്ടിൽ ഇപ്പോഴും ഉണ്ട് പണിതു പൂർത്തിയാകാതെ പാതിവഴിയിൽ ഉപേക്ഷിക്കപ്പെട്ട ആ ഒരു കുളം."

"ആ വ്യാളികൾക്ക് ശാന്തമായ അന്തരീക്ഷം വേണ്ടിയിരുന്നതുകൊണ്ടു 'വർക്കേഴ്സിനെ' അവിടെ നിന്ന് നീക്കേണ്ടതു അത്യാവശ്യമായിരുന്നു, എന്നാൽ ഏദനിൽ ജോലികൾ നടക്കുകയും വേണം അതിനാൽ പുതിയ വിശ്വാസയോഗ്യമായ ജോലിക്കാർ – ഹ്യൂമൻസ് നിർമ്മിക്കപ്പെട്ടു" അവളോട് അവൻ അന്ന് പറഞ്ഞുകൊടുത്തു. ആ മരം കായ്ക്കുന്ന ലക്ഷണം വെല്ലോം ഉണ്ടോ എന്ന് അന്ന് അവൻ ചോദിച്ചിരുന്നു. അതൊരു കാഷ്വൽ ചോദ്യമല്ല അവന് അത് അറിയാൻ ആഗ്രഹമുണ്ട് എന്നവൾ തിരിച്ചറിഞ്ഞു. അങ്ങനെയാണ് അവൾ ഏദെൻതോട്ടത്തിൽ ആ മരം തേടി കണ്ടുപിടിക്കുന്നത്.

അന്ന് മുതൽ അവൾ ദിവസവും മുടങ്ങാതെ അവിടെ വന്ന്, കായിച്ചുവോ എന്നറിയാൻ അതിനെ നോക്കാറുണ്ട്. ഇപ്പോൾ ഇത് അവൾ ഓർക്കുവാൻ കാരണം അവൾ ഇന്നലെയും കൂടി ആ കുളമുള്ള മരം നോക്കുവാൻ ആ ഭാഗത്ത് വന്നതാണ്. ആ കുളം പാതി കുഴിച്ച് അവിടെ ഇന്നലെയും ഉണ്ടായിരുന്നു. പാതികുഴിച്ചു ഇപ്പോഴും കിടക്കുന്ന ആ കുളത്തിന്റെ കരയിൽ നിൽക്കുന്ന ആ മരമാണെങ്കിൽ ഇപ്പോഴെങ്ങും കായ്ക്കുന്ന ലക്ഷണം ഇല്ല എന്നും അവൾ മനസ്സിൽ കരുതിയതാണ്. മരത്തിന്റെ പരിക്കുകൾ ഭേദമാകുമ്പോൾ ലൈല തിരിച്ചുവരുമെന്നും ഇപ്പോൾ വെക്കേഷനിൽ ആണെന്നുമെല്ലാം പറഞ്ഞതും ഇന്നലെയും കൂടി അവൾ ഓർത്തതും ആണ്.

അപ്പോഴും ഈ മരത്തെ നോക്കിയപ്പോൾ കായ്കൾ ഒന്നും കണ്ടിരുന്നില്ല. ശെരിക്ക് ശ്രദ്ധിക്കാഞ്ഞതാണോ എന്തോ. അവൾ

സ്വയം ആശ്വസിച്ചു. അന്ന് ആ മരത്തിന്റെ കഥ പറഞ്ഞതിന് ശേഷം യാദൃശ്ചികമായാണ് മരക്കഥ തനിക്കിഷ്ടപെട്ടു എന്ന് കണ്ടിട്ട് ഈ മരത്തെ പറ്റിയും പറഞ്ഞുതന്നത്. ഈ മരത്തിലാണ് ലോകത്തിലെ എക്കാലത്തെയും ഏറ്റവും വീര്യമേറിയ സൈക്കഡെലിക്ക് ഉണ്ടാകുന്നത് എന്ന് അന്ന് മിത്രം പറഞ്ഞു.

അത് ആ ദിവസം വ്യക്തമായും കൃത്യമായും അവളുടെ മനസ്സിൽ രേഖപെടുത്തപ്പെട്ടിരുന്നു. അവളുടെ മനസ്സിൽ പെട്ടന്ന് എന്തോ കടന്നുവന്നെങ്കിലും മുഖത്ത് അത് പ്രതിഫലിക്കാതിരിക്കുവാൻ ശ്രദ്ധിച്ചു. ഒരു സൈക്കോഡെലിക്ക് പരീക്ഷിക്കണം എന്ന് അവൾ എക്കാലവും ആഗ്രഹിച്ചിരുന്നുന്നതായിരുന്നു. അവൾക്ക് ഇന്നേവരെ ഗഞ്ചാവ് അല്ലാതെ വേറൊരെണ്ണത്തേക്കുറിച്ച് അറിയുകയും ഇല്ലായിരുന്നു. പക്ഷേ ആ മരം കായിച്ചാലും ആ മരങ്ങൾ അവളുടെയോ പുരുഷന്റെയോ സംരക്ഷണയിൽ അല്ലായിരുന്നു. അത് അവർ, ഏഴ് സൃഷ്ടാക്കൾ നേരിട്ട് വന്ന് പരിപാലിച്ചിരുന്നതായിരുന്നു.

ആ പഴം ഈ നിമിഷം ഇപ്പോൾ ഇതാ ഒരു കൈയകലം ദൂരെ. അവൾ ആ മരത്തിനോടടുത്തു. വേലികെട്ടുകൾക്ക് പുറത്തേയ്ക്കുപോകുന്ന തനിക്ക് ഇനി ഒരിക്കലും കിട്ടാത്ത ആ അവസരം.

ആ തോട്ടം സംരക്ഷിക്കപ്പെടുന്നതാണ്. പക്ഷികൾ പോലും ഏദനിലെ മരങ്ങൾക്ക് അടുത്ത് വരികയില്ല. അവിടെ ഈ രണ്ടു മരങ്ങളെയോ, അവയേ അവർ സൃഷ്ടാക്കൾ ഡിസ്ക്രീറ്റ് ആക്കികൊണ്ട് കൂടുതലായി സംരക്ഷിക്കുന്നു.

ചിലപ്പോൾ പാകമാകാത്തതുകൊണ്ട് ആകാം ആ പഴങ്ങൾ അത്ര സുന്ദരമായി പോലും തോന്നുന്നില്ല. അവൾ അതിൽ അഞ്ച് ആറ് ചെറിയുടെ വലിപ്പമുള്ള പഴങ്ങൾ പറിച്ചെടുത്തു. ഇന്നേതായാലും പോകയാണല്ലോ പിന്നെ പറിക്കാൻ ഒരവസരം കിട്ടില്ല അവൾ വീണ്ടും ഓർത്തു. പക്ഷേ അത് ഓർത്തപ്പോ അവൾക്ക് ഒരു ധർമ

സങ്കടവും വന്നു. ആ പുരുഷൻ - ആദം, അവർ തമ്മിലുള്ള ബന്ധം അത്ര സുഖകരം അല്ല എങ്കിലും, അവൾക്ക് അവനെ ഇഷ്ടമായിരുന്നു, പുരുഷൻ നിസ്സാരനും പാവവുമായ ഒരു ജന്തുവാണ്. പക്ഷേ ദുർശാഠ്യക്കാരനും തന്റെ ആ ശാഠ്യങ്ങളിൽ വീണ്ടും ഉറച്ചുനില്കുന്നവനും കൂടിയാണ്. അവന് ശെരിക്കും അവളോട് പ്രണയമൊന്നും ഇല്ല. അവളെ ഒരു നല്ല കൂട്ട് ആയി കാണുന്നു അത്രതന്നെ. പക്ഷെ എങ്കിലും അവന് മുൻഗണനകൾ ഉണ്ട്. അവനിൽ ഏൽപ്പിക്കപ്പെട്ട ആ തോട്ടത്തിന്റെ ജോലികൾ, അതാണ് അവന് മുഖ്യം. അവളും മറ്റെന്തും അതിന് ശേഷമേ വരികയുള്ളൂ. അവൻ ഈ തോട്ടത്തിന്നുള്ളിലുള്ള ലോകത്തെ പറ്റി മാത്രമേ ചിന്തിക്കുന്നുള്ളൂ. അത്, പണ്ട്, അവൾക്ക് അവിടെനിന്നും പോകണം എന്ന് പറഞ്ഞപ്പോൾ അവൻ കോപത്തോടെ "നിനക്ക് പോകണമെങ്കിൽ പോകാം ഞാൻ ഒരിക്കലും വരില്ല നീ പോയാൽ ഞാൻ അത് കാര്യമാക്കുന്നും ഇല്ല", എന്നൊക്കെ പറഞ്ഞപ്പോൾ അവർക്ക് രണ്ടിനും ബോധ്യപ്പെട്ടതാണ്.

"അവന് മുൻഗണനയിൽ പ്രാധാന്യം കല്പിക്കുന്ന പ്രവർത്തികൾ ഉണ്ടെങ്കിൽ എനിക്കും അത് ആകാം. ഞാൻ വൈകാതെ ഈ സ്ഥലം വിടണം." അവൾ സ്വയം പറഞ്ഞു.

അങ്ങനെയാണ്, അവൾ അവളുടെ മിത്രത്തെ അറിയിച്ചത്, അവളും അവരും തീരുമാനിച്ചത്- അവർ അവരുടെ കണ്ടുമുട്ടുന്ന സ്ഥലത്ത് അന്നും കണ്ടുമുട്ടാം, അവിടെവെച്ച് വേലികടന്ന് അവൾ പുറത്തുവരും. ശേഷം, അവൻ അവളെ ഭൂമിയിലേക്കു കൂട്ടിക്കൊണ്ടു പോകണം, എന്ന്.

അങ്ങനെ അവസാനമായി ആ തോട്ടത്തിൽ ഒന്ന് ചുറ്റി നടന്നതാണ് അവൾ. കൂട്ടത്തിൽ മിത്രം ഇഷ്ടപെടുന്ന ആ കുളമുള്ള മരം കായിക്കുന്നോ എന്ന് ഒന്നും കൂടി നോക്കിയേക്കാം എന്നും കരുതി. തന്റെയും ആ തോട്ടത്തിലെ അവസാന കർമം ആ മരത്തെ ചുറ്റി പറ്റി ആകട്ടെ അതും മിത്രത്തിനു വേണ്ടി.

അപ്പോഴാണ് യാദിർശ്ചികമായി അത് കണ്ടതും പഴുത്തിട്ടില്ലാഞ്ഞിട്ടും സമയം അധികം ഇല്ലാത്തതിനാൽ അത് പറിച്ചതും. ആഹ്ളാദത്തിലായിരുന്ന അവൾ അപ്പോൾത്തന്നെ അത് ഭക്ഷിച്ചു.

തനിക്ക് എന്താണ് സംഭവിക്കുന്നത് എന്ന് അവൾക്ക് മനസ്സിലായിരുന്നില്ല അവൾക്ക് തണുപ്പും ചൂടും ഒന്നിച്ചനുഭവപ്പെട്ടു. കണ്ണിൽ ഇരുട്ടു കയറി.

എങ്കിലും ഇതുവരെ കാണാത്ത നിറങ്ങൾ അവൾ കണ്ടു. ശേഷം, ബോധരഹിതയായി.

———————

ആദം അതിലെ വന്നപ്പോൾ അവൾ ഒരു മരത്തിനു കീഴെ വീണു കിടക്കുന്നത് അവൻ കണ്ടു. അവൾ മരിച്ചു എന്ന് അവൻ കരുതി. അവരെ അവിടെ ആക്കിയിരിക്കുന്നവരെ വിളിച്ചുകൊണ്ടു വരുവാനായി അവൻ ഓടി പോയി.

അല്പം കഴിഞ്ഞപ്പോൾ വീണുകിടന്നിരുന്ന അവൾ പതിയെ കണ്ണ് തുറന്നു. അവൾക്ക് കാണാമായിരുന്നു താൻ ആ മരത്തിന്റെ കീഴിൽ കിടക്കുകയായിരുന്നു എന്ന്.

എത്ര നേരം അവിടെ കിടന്ന് ഉറങ്ങി എന്ന് അവൾക്ക് അറിയില്ല, അവൾ പതിയെ എഴുനേൽക്കാൻ ശ്രമിച്ചു. പക്ഷേ പറ്റുന്നില്ല. അവള്‍ക്ക് ഭൂമിയിൽ നിലത്തു നിന്നു എഴുനേൽക്കുവാൻ ആകുന്നില്ല.

അവൾ അനങ്ങുവാൻ നോക്കി പക്ഷേ അപ്പോഴേക്കും അവൾ തെന്നി ഒഴുകി അടുത്തുള്ള ചെളികുണ്ടിലേക്ക്, പാതി കുഴിച്ച ആ കുളം എന്ന ആ ചെളികുണ്ടിലേക്കു ഉരുണ്ടുരുണ്ടു വീണു.

കട്ടി ചെളി അവളുടെ ശരീരമാസകലം പൊതിഞ്ഞു. ഉരുളിച്ച നിന്നു. അവൾ അവിടെ കിടന്നു. അവൾക്ക് ഒരണുവിടപോലും അനങ്ങാൻ പറ്റുന്നില്ല താൻ ശില എന്നവണ്ണം ഘനീഭവിച്ചു പോയി എന്ന് അവൾക്കു തോന്നി. അവൾ അവളോടുതന്നെ സംസാരിക്കുവാൻ ശ്രമിച്ചു. സഹായത്തിനായുള്ള വിളി മുഴക്കുവാൻ ശ്രമിച്ചു. വീണ്ടും ശ്രമിച്ചു. വീണ്ടും വീണ്ടും ശ്രമിച്ചു. അപ്പോൾ.... ഒന്നും നടന്നില്ല. അവൾക്കതിന് കഴിഞ്ഞില്ല.

അവൾ ഭൂമിയിൽ പറ്റിക്കിടന്നു.

കുറച്ചു കഴിഞ്ഞപ്പോൾ ആദം വരുന്നത് അവൾ കണ്ടു ആ മിത്രവും കൂടെയുണ്ട്. ആകാശത്തു നക്ഷത്രങ്ങൾ തെളിഞ്ഞു മിന്നുന്ന ആ ദിവസം. താൻ ചെല്ലേണ്ട സമയം കഴിഞ്ഞിട്ടും ഒത്തിരിനേരം അവിടെ കാത്തു നിന്നു കഴിഞ്ഞപ്പോൾ അവൻ തന്റെ ജീവൻ അപകടത്തിൽ പെടുത്തിക്കൊണ്ട് അകത്തു പ്രവേശിച്ചിരിക്കുകയാണ്.

..ഒരു നല്ല ദിവസം അവളെ കാണ്മാൻ ആ വേലിക്കകത്തു അവന് വരുവാൻ കഴിയും എന്ന് നക്ഷത്രങ്ങളെ നോക്കി നിൽകുമ്പോൾ അവർ രണ്ടുപേരും എന്നും പ്രത്യാശിക്കും ആ ദിവസത്തിനായി കാത്തുകൊണ്ട് അവർ ഓരോദിവസവും പിരിയും.. അവൾ ഓർത്തു.

ആ ദിവസം ഇങ്ങനെയൊന്നുമായിരുന്നില്ല അവർ ആഗ്രഹിച്ചിരുന്നത്.... തനിക്കുവേണ്ടി അവൻ, അതീവ കോപത്തിൽ നിൽക്കുന്ന ആദത്തിനോട് മാധ്യസ്ഥ്യം പറയുമ്പോൾ അവൾ നിസ്സംഗയായിരുന്നു.

അവർ തമ്മിൽ ആദ്യമായി കാണുകയാണ്. അവൻ ആ തോട്ടത്തിൽനിന്ന് പുറത്തുപോകുവാൻ ഉള്ള അവളുടെ ആഗ്രഹം ആദത്തോട് പറഞ്ഞു മനസിലാക്കുവാൻ ശ്രമിക്കുകയായിരുന്നു. ആദമോ അവനോട് കയർത്തുകൊണ്ടേ ഇരിക്കുകയും ആയിരുന്നു.

അവൻ അവളെ ഭൂമിയിലേക്ക് കൊണ്ടുപോയി കൊള്ളട്ടേ എന്ന് ആദത്തോട് ചോദിച്ചത് അവൾ വ്യക്തമായി കേട്ടു. കോപത്താൽ തിളച്ചുനിന്ന ആദം പെട്ടന്ന് തന്നേ, കൊണ്ടുപോകാൻ ഉത്തരം പറഞ്ഞത് അവൾ അതിലും വ്യക്തമായി കേട്ടു.

അവൻ അവിടേയ്ക്ക്, ഭൂമിക്കും താഴെ ആ കുഴിയിലേക്ക് ഇറങ്ങിച്ചെന്ന് അവളെ ആ ചെളിയിൽനിന്നും കോരി എടുത്തു. താൻ ധരിച്ചിരുന്ന തന്റെ അങ്കി എടുത്തു അവളെ പുതച്ച് തന്റെ ഹൃദയത്തോട് അവളെ ചേർത്തു അവൻ നടന്നകന്നു.

അങ്ങനെ അന്ന് ആദ്യമായി വസ്ത്രം അവളുടെ മേലിൽ വീണു. ഒരു പുരുഷനാൽ അത് വീണു.

തോട്ടത്തിൽ ആ വൈകുനേരം, ആകെ ക്ഷീണിപ്പിച്ച പ്രവർത്തിസമയത്തിനു ശേഷം, ദൈവങ്ങൾ സായാഹ്ന സഞ്ചാരത്തിന് ഇറങ്ങിവന്നു.

ആദം സധൈര്യം പൗരുഷത്തോടെ അവരോട് വിശദീകരിച്ചു, എന്ത് സംഭവിച്ചു എന്നും അവൻ ദുഃഖിതൻ അല്ലാ എന്നും. അവൻ കരുതിയിരുന്നത് അവൾ മരിച്ചിരുന്നു എന്നായിരുന്നു.

"ഒരിക്കലും നീ അത് തിന്നരുത് നിന്നെ ചിലപ്പോൾ അത് കൊന്നു എന്നുതന്നെ ഇരിക്കും." ആ ദൈവങ്ങൾ പുരുഷനോട് പറഞ്ഞു.

അവൻ ഓർത്തു, അത് എനിക്കറിയാമല്ലോ അവൾ മരിച്ചുകിടക്കുന്നത് ഞാൻ കണ്ടതാണല്ലോ.

ആ മനുഷ്യൻ അവൾ ചെയ്ത ആ തെറ്റ് ചെയ്യാതിരിക്കുവാൻ അവ്വണ്ണം നിസ്സാരമായ ഒരു മുന്നറിയിപ്പുതന്നേ ധാരാളമാണ് എന്ന് അവന്റെ അതുവരെയുള്ള സ്വഭാവത്തിൽ നിന്നും പെരുമാറ്റത്തിൽ നിന്നും ആ ദൈവങ്ങൾക്ക് ഉറപ്പായിരുന്നു.

എങ്കിലും അവർ നടന്നു ചെന്ന് ആ പാതിവെട്ടിയ കുളം ചുവട്ടിൽ ഉള്ള ആ മറ്റേ വൃക്ഷത്തിലേക്ക് നോക്കി. ഈ മരത്തെപ്പറ്റിയും അവനോട് പറയാൻ സമയം ആയയോ, മരത്തിന്റെ കാര്യങ്ങൾ നോക്കുന്ന ലൈലയെ വീണ്ടും തന്റെ ജോലിയിൽ തിരികെ പ്രവേശിക്കുവാനായി വിശ്രമാവധിയിൽ നിന്നും തിരികെ വിളിക്കേണമോ. അവർ അതിനെ നോക്കി. വേണ്ട. മുൻപ് നിന്നിരുന്നിടത്തു വെച്ച് ഏറ്റ കേടുപാടുകളിൽ നിന്നും ഇനിയും കരകയറാൻ കിടക്കുന്നു. എന്നിട്ടല്ലേ പൂക്കുന്നതിനെ പറ്റി ചിന്തിക്കേണ്ടു. അതുവരെ ആരേലും ആ ഫലം മോഷ്ടിക്കുമെന്നോ എടുക്കുമെന്നോ ഭക്ഷിക്കുമെന്നോ ഉള്ള പേടി വേണ്ട. "പക്ഷേ പുറത്തുള്ള മനുഷ്യർക്ക് ആ മരത്തിന്റെ ഇപ്പോഴത്തെ അവസ്ഥയെ പറ്റി സൂചനകളൊന്നും ഇല്ലായിരുന്നു, ഇപ്പോൾ പക്ഷേ എന്നാൽ ചിലരെങ്കിലും അറിഞ്ഞു." ഏഴിൽ ഒരു ദൈവം ചിന്തിച്ചു.

ഈ സമയം ചെളിയിൽ മുങ്ങിയ അവളെയും തുണിയിട്ടു മൂടി തോളിൽ താങ്ങി എടുത്ത് നടന്നുകൊണ്ടിരുന്ന ആ മിത്രവും അതിനെപ്പറ്റി തന്നേ ചിന്തിക്കുകയായിരുന്നു. അവൻ ചിന്തിച്ചത് മറ്റൊന്നായിരുന്നു. "ആ മരം, അത് മാറിപ്പോയി. പക്ഷേ എന്നിട്ടും ആ കുളം അന്ന് നിർത്തിയിടത്തുതന്നേ കിടക്കുന്നു, അപ്പോൾ അവർ കരുതുന്നത് ഇപ്പോഴെങ്ങും ആ മരം പ്രവർത്തിച്ചു തുടങ്ങില്ല എന്നാവാം."

ചിന്തിച്ചു തീർന്നപ്പോഴേയ്ക്കും അവൻ നടന്ന് നടന്ന് അടിവാരത്തുള്ള വർക്കേഴ്സിന്റെ പ്രദേശാതിർത്തിയിൽ എത്തിയിരുന്നു അവിടെ ആ അതിരുകൾക്ക് ഉള്ളിൽ അതിന്റെ വക്കിൽ വേലികളിൽ പിടിച്ചുകൊണ്ട്, എന്നത്തേയും പോലെ നിലാവിൽകുളിച്ച്, നക്ഷത്രങ്ങളെ സാക്ഷിയാക്കി ഇരുൾ പോലെ ഉള്ള മൂടുപടം പുതച്ച്, ശില്പികളുടെ പർവ്വതത്തിലേക്ക്, ഒരുപാട് വിശേഷങ്ങൾ പറയാൻ, ഭൂമിയുടെ ഖോരതയ്ക്കുള്ളിലൂടെ ഒരു ചെറു ഉറവയിൽനിന്നുള്ള അരുവിയായി, മെലിഞ്ഞുപോയ, ഉച്ചത്തിൽ ചൂളംകുത്തുന്ന കോഴിപ്പൂവൻ നാഗത്തെ പോലെ

പുളഞ്ഞു, വെളുത്ത പാൽ പോലെ ഒഴുകിവരുന്ന ആ നിലാവിൽ ഒരു കറുത്ത പൊട്ടായി നീന്തി മാറിൽ ചേർത്തു തുന്നിയ ഭാണ്ഡം നിറയേ വിശേഷങ്ങളുമായി പദയാത്ര പോകാറുള്ള ഒരു സ്നേഹിതനെയും കാത്ത്, അന്നും നില്പുണ്ടായിരുന്നു അവന്റെ സ്വകാര്യ സേനാ ഉദ്യോഗസ്ഥരും കൂടിയായ ആ ഏതാനം സുഹൃത്തുക്കൾ. അവർ ആനയിച്ചതോടെ അവൻ ആ അതിർത്തികടന്നു അകത്തുകയറി.

അവിടെനിന്നും അവന്റെ സ്ഥാനമാനങ്ങൾ വെളിപ്പെട്ടു തുടങ്ങി. ജനങ്ങൾ അവനെ കണ്ട് സന്തോഷിച്ചു, സ്നേഹത്തിന്റെ അടയാളങ്ങളും അംഗവിക്ഷേപങ്ങളും പ്രകടിപ്പിച്ചു. ആ അതിർത്തിഗ്രാമങ്ങൾ താണ്ടി തലസ്ഥാന നഗരിയിലെ മാളികയിലേക്ക് ആ ചെറുസംഗം സഞ്ചരിച്ചു. അവിടെയാണ് ഫാളൻ ജനതയുടെ അവൻ ഉൾപ്പടെ ഉള്ള ഉന്നതർ മിക്കവരും വസിച്ചിരുന്നത്. തലസ്ഥാന നഗരം എന്നും മാളിക എന്നും ഓക്കെ അവർ പേരിട്ടു വിളിച്ചിരുന്നു എന്നേ ഒള്ളൂ, അവർ ഇപ്പോൾ, വർക്കേഴ്സ് എന്ന മൂടുപടം, ചാർത്തിയവർ തന്നേ താഴേയ്ക്ക് കീറിക്കളഞ്ഞ. ഔദ്യോഗികമായും അടിമകൾ ആണ്. ആ അതിർത്തി ഗ്രാമങ്ങളും, അതിന്റെ ഹൃദയത്തിലുള്ള തലസ്ഥാനനഗരവും എല്ലാം ചേർത്ത് - അവർ ജീവിച്ചിരുന്ന ആ പ്രദേശമാകെ ഒറ്റ വാക്കിൽ വിശേഷിപ്പിക്കാമായിരുന്നു- ചേരി.

പന്നികൾ പോലും വസിക്കാൻ മടിക്കുന്ന ചേരി. ഏദൻ എന്ന ആ സ്വർഗത്തിൽ നിന്ന് അവൾ ഇറങ്ങിവരാൻ ആശിച്ചതും തീരുമാനിച്ചതും അവിടേയ്ക്കാണ്.

അപ്പോഴേക്കും രാത്രി ആയിരുന്നു (ഒരു) പ്രഭാതത്തിനു മുൻപുള്ള (ഒരു) രാത്രി.

അവൾ പരന്നുകിടക്കുന്ന ഒരു വലിയ കെട്ടിടത്തിലെ വലുപ്പമുള്ള ഒരു ഹാളിന്റെ നടുക്ക് ഒരു കിടക്കയിൽ വെക്കപെട്ടു. ആ ഹാൾ വളരെ പ്ലെയിൻ ആയിരുന്നു. ഏതോ കാലത്ത് ഉള്ള അതിന്റ

നിർമാണ സമയത്ത് വിശാലമായ ആ തറയുടെ ഭംഗിക്കായിട്ടാകാം, നടുക്ക് ആരോ വരച്ചുവെച്ചിരുന്ന സാമാന്യം വലുപ്പമുള്ള ഒരു നക്ഷത്രചിഹ്നവും ഭിത്തിയോട് ചേർന്ന് ഒരു നെരിപ്പോടും അല്ലാതെ വിളക്കുകളോ മേശകളോ കണ്ണാടികളോ അലങ്കാരത്തിനായി ഒരു തൊങ്ങൽ പോലുമോ അവിടെ ഉണ്ടായിരുന്നില്ല.

അവളെ ശ്രിശ്രുഷിക്കുവാൻ ചില യവ്വനക്കാരായ പെൺകുട്ടികൾ ആ നിമിഷം തന്നേ ചുമതലപെടുത്തപ്പെട്ടു. ഇനി മുതൽ ഇരുപത്തിനാലു മണിക്കൂറും ആ കിടകയ്ക്കു നാലുചുറ്റും അതിനോട് വളരെ ചേർന്ന് തന്നേ അവർ കാണും.

അവൻ കടുംകട്ടി തുകൽ അവളുടെ ആ ചെളിയിൽ മുങ്ങിയ ശരീരത്തിന്റെ മുകളിൽ, അവൻ പുതച്ച ആ അങ്കിക്കു മീതെ ചൂടിനായി വിരിച്ചു. നെരിപ്പോടിൽ തീ ആളി കത്തി തുടങ്ങി. ആ മുറിയിലാകെ ഊഷ്മളത പരന്നു. എങ്കിലും ഒരു മൂളൽകൊണ്ടുപോലും അവൾക്ക് അവനോട് സംവദിക്കുവാൻ കഴിഞ്ഞിരുന്നില്ല.

അവന്റെ കണ്ണുകൾ നിറഞ്ഞിരുന്നത് അവൾ കാണുന്നുണ്ടായിരുന്നു, അവൾക്ക് അതിനുപോലും ആകുന്നില്ല. ആയാലും അവൾ അത് അറിയും എന്നും തോന്നുന്നില്ല.

അവൻ അവിടെനിന്നും തന്റെ ഉറക്ക അറയിലേക്ക് പോയി. ആ രാത്രി കൂടുതൽ രാത്രി ആയി. ചുറ്റുമിരുന്ന പെൺകുട്ടികൾ എല്ലാവരും ആ കട്ടിലിലേക്ക് തലകുമ്പിട്ടു ഉറക്കത്തിലേക്ക് വീണു. ആ രാത്രിയാണ്, അവളുടെ റോൾ അടിമകൾക്കിടയിലേക്കുവന്ന അഭയാർത്ഥി എന്നതിൽ നിന്നും അധികാരി എന്നതിലേക്ക് മാറുന്ന സംഭവപരമ്പരകൾക്ക് തുടക്കം.

19

ആ രാത്രി അവർ എല്ലാം, ആ പെൺകുട്ടികളിൽ ഒന്നൊഴിയാതെ എല്ലാവരും ഒരു സ്വപ്നം കണ്ടു. സ്വപ്നത്തിൽ അവർ എല്ലാം ആ വിശാലമായ മുറിയിൽ ആ കട്ടിലിന് ചുറ്റും കൂടി ഇരിക്കുന്നതായും അപ്പോൾ നടുക്ക് ആ കട്ടിലിൽ കിടന്നുകൊണ്ട് ആ സ്ത്രീ അവരോട് നന്ദി സംസാരിക്കുന്നതായും അവർ കണ്ടു. അവരോടെല്ലാം അവൾ കൃതജ്ഞത ഉള്ളവളാണ് എന്ന് അവൾ പറയുന്നതും ആ പെൺകുട്ടികൾ കേട്ടു.

ദിവസങ്ങൾ കടന്നുപോയി അവളെ ചുറ്റി നിൽക്കുന്ന ആ പെൺകുട്ടികൾക്ക് അവളോടുള്ള ബഹുമാനം കൂടിവന്നു അതുപോലെതന്നേ കരുതലും. എങ്കിലും അവർ അവൾക്ക് മുൻപിൽ കുറച്ചു കൂടി സ്വതന്ത്രരായി തുടങ്ങി. ജീവൻ ഉണ്ടെന്നു തോന്നിക്കുന്ന കളിമൺ പ്രതിമ കണക്കെ കിടക്കുന്ന ആ സ്ത്രീയുടെ സ്നേഹവും സൗഹൃദവും അവർ തിരിച്ചറിഞ്ഞു. ഇപ്പോൾ അവർ ഒരുപാട് അറിവുള്ള, എന്നാൽ സരസമായി സംസാരിക്കുന്ന അവൾക്ക് ചുറ്റും ഇരിക്കുമ്പോൾ തമ്മിൽ തമ്മിൽ കൊച്ചുവാർത്തമാനങ്ങൾ പറയുകയും അവരുടെ സ്ത്രീജന സംസാരങ്ങൾ നടത്തുകയും ചെയ്യും.

പിന്നീട് രാത്രികളിൽ അവൾ ഉറക്കത്തിൽ തന്റെ ആ മിത്രത്തോട് സംസാരിക്കുവാൻ ശ്രമിച്ചുനോക്കി. ശ്രമം വിജയിച്ചില്ല.

ഒരു രാത്രി അവിടെ ഒരു വിരുന്ന് ഉണ്ടായിരുന്നു. എല്ലാരും കുടിച്ചു, ഭക്ഷിച്ചു. ശേഷം ആ പെൺകുട്ടികൾ അവളിങ്കലേക്ക് തിരിച്ചു വരികയും അവൾക്ക് ചുറ്റും അവരവരുടെ സ്ഥാനങ്ങളിൽ ഇരിക്കുകയും ചെയ്തു.

പണ്ടെങ്ങോ ആ നിലത്ത് ഭംഗിക്കായിട്ടാകാം വരച്ചിട്ടിരുന്നത് എങ്കിലും ആ കിടകയ്ക്കുചുറ്റും ഉള്ള ആ നക്ഷത്രചിഹ്നം അവരുടെ പ്ലേസ്മെന്റിന് ഒരു ഓർഡർ ഉണ്ടാക്കാൻ സഹായിച്ചിരുന്നു. അതിന് നടുക്കുള്ള അവൾക്കുചുറ്റും കൃത്യമായ അകലത്തിൽ ഇരിക്കുവാൻ, ഓരോ വശത്തേക്കും കൈകളുള്ള ആ നക്ഷത്ര ചിഹ്നം എപ്പോഴും അവർ ഉപയോഗപ്പെടുത്തിയിരുന്നു.

രാത്രിയുടെ ശീതളിമ വർധിച്ചപ്പോൾ, അവരവരുടെ കാമുകന്മാർ അവരെ തേടി എത്തി. അവരുടെ രാത്രിക്കു തണുപ്പേറുംതോറും അവരിലെ ചൂട് ഏറി തുടങ്ങി.

അങ്ങനെ.. പുരുഷന്മാരുടെ ഗന്ധം അവിടെ വ്യാപിച്ചുതുടങ്ങി, സ്ത്രീകളുടെയും. ആ പുരുഷഗന്ധികൾ അവരോട് അടുത്തു വന്നു. സ്ത്രീകളിൽ നിന്നും വികാരം ധാരധാരയായി ഭൂമിയിലേക്ക് വീണു. സ്ത്രീകളുടെ ഗന്ധത്താൽ അവൾ ചവിട്ടി നിൽക്കുന്ന ആ ചിത്രപ്പണിയുള്ള നിലം അവളുടെ കാലുകൾക്കിടയിൽ നനഞ്ഞുതുടങ്ങി. മഞ്ഞുള്ള ആ രാത്രിയിൽ പെയ്യുന്ന ആ തുള്ളികളാൽ, ഈർപ്പമുള്ള വിളനിലം കണക്കെ അത് ആയി, ആ തൈലത്താൽ അവരുടെ ഓരോരുത്തരുടേയും പുരുഷത്വങ്ങളുടെ കാലുകളും നനഞ്ഞു.

പുരുഷപിണ്ഡങ്ങൾ ചുട്ടുപഴുത്തിരുന്നു, അവ അവരിൽ പ്രവേശിച്ചു. അവർക്ക് പൊള്ളിയില്ല. പുരുഷന്മാരെ തങ്ങളുടെ അന്തരംഗങ്ങളിൽനിന്നും ഉറവപൊട്ടിയ ജലത്തിൽ പൊതിഞ്ഞിട്ടും ഞെരിച്ചമർത്തിയിട്ടും പക്ഷേ, സ്ത്രീകൾക്കും ചൂട് വർധിച്ചതേ ഉള്ളായിരുന്നു, ചൂട് ഏറെ കൂടി, അവർക്കെല്ലാം ചൂട് വളരെയേറെ കൂടി.

പ്രാവുകളെ പോലെ കുറുകുന്നതും മൃഗത്തെപോലെ അമറുന്നതും അവിടെ കേൾക്കായി. ആ പെൺകുട്ടികൾ ആ കട്ടിലിനോട് ചേർന്നു നിൽകുമ്പോൾ. ജീവച്ഛവമായി കിടക്കുന്ന അവളുടെ കട്ടിലിൽ കൈകൾ കുത്തി നിൽക്കുമ്പോൾത്തന്നെ, ആ കട്ടിലിന് ചുറ്റും

അവർ യഥാസ്ഥാനത്തു ഉള്ളപ്പോൾ, അനങ്ങാൻ ഒക്കാതെ ആ കട്ടിലിൽ അവൾ ഉള്ളപ്പോൾ തന്നേ. അവിടെ വെച്ച്, അതിന് ചുറ്റും വെച്ചുതന്നേ. ശരീരത്തിന്റെ അന്തിമമായ ആനന്ദം ആ പെൺകുട്ടികൾ ആസ്വദിച്ചു.

അവരുടെ ദ്വന്തത്തം ആ നിമിഷങ്ങളിൽ അവിടെ ഇല്ലാതെയായി. പുരുഷന്റെ വീരമെല്ലാം അവനിൽ കാണാതെയായി പൗരുഷമുണ്ടായിരുന്നവൻ ബലം ഇല്ലാത്തവനായി, പെൺകുട്ടികൾ സ്ത്രീകളായി. പുരുഷൻ മെലിഞ്ഞു ശോഷിച്ചു ചുക്കിചുളുങ്ങിയവനായി. ശേഷം അങ്ങനെ ആയിത്തീർന്ന പുരുഷൻമാർ ആ സ്ത്രീകളായിത്തീർന്നവരിൽ നിന്നും പുറത്തുവന്നു. ആ സ്ത്രീകളായി തീർന്നവർ അതിന് അനുവദിച്ചു. പക്ഷേ അപ്പോഴേയ്ക്കും അവളുമാർ ഓരോരുത്തരും ശരീരമാകെ ആസ്വദിച്ച ആ ഉന്മാദത്തിന്റെ ആലസ്യപൂർണ്ണമായ പരിസമാപ്തിയിൽ ആ അവസ്ഥയിൽ തന്നേ നിന്ന് സ്ത്രീയ്ക്ക് ചുറ്റും സർവ്വ നാഡീഞരമ്പുകളെയും അയച്ചുള്ള ഏറ്റവും ഊഷ്മളമായ ഉറക്കത്തിലേക്ക് വീണു കഴിഞ്ഞിരുന്നു.

പുരുഷശരീരങ്ങൾ പിന്നെയാ മുറിയിൽ കണ്ടില്ല. എങ്കിലും അവളുമാർ ഓരോരുത്തരുടേയും ഉള്ളിൽ വെച്ച് ഒന്നായിത്തീർന്ന അവർ ഇരുവരും ആ നിലാവുള്ള പൂർണ്ണചന്ദ്രരാത്രിയിൽ ആ സ്ത്രീകളുടെ ചുണ്ടുകൾക്കിടയിലൂടെ പുറത്തേയ്ക്ക് ഊറി ഇറങ്ങി. അത് ധാരധാരയായി അവരുടെ വടിവൊത്ത വലിപ്പമേറിയ നിതംബങ്ങൾക്കു താഴെ, നഗ്നമായി ദൃഢമായി, ഇഴുകിച്ചേർന്നുനിന്ന അകംതുടകളെ ഇക്കിളിപ്പെടുത്തുമാറ് ഉരസി നഗ്നമായിത്തന്നേ നിലനിന്നിരുന്ന കീഴ്ത്തുടകളിലേക്കു കൊഴുപ്പോടെ സാവധാനം തഴുകി ഊർന്നു. ഉന്മാദകരമായ ആലസ്യത്തിൽ തളർന്നുപോയിരുന്ന അവരുടെ, അവളുമ്മാർ ഓരോരുത്തരുടേയും നഗ്നവും മാദകവുമായ മുഴങ്കാലുകളിലൂടെയത് സാവധാനത്തിൽ തന്നേ തലോടി ഇറങ്ങി. അവിടെ സമൃദ്ധമായി വളർന്നു നിന്ന രോമരാജികളെ ഉണർത്തുവാൻ ശ്രമിച്ച്, അത് ഒഴുകി.

അത് അവളുമാർ ഓരോരുത്തരുടേയും കണങ്കാലുകളിലേക്കെത്തി അതിനെ പാദസ്വരംകണക്കെ ചുംബിച്ചു. അതിന്റെ നാല് വശങ്ങളിലൂടെയും താഴെ അവൾ നിന്നിരുന്ന നക്ഷത്രചിഹ്ന അടയാളമുള്ള ഭൂമിയിലേക്ക് അവർ ഒഴുകി ഇറങ്ങി. അവിടമാകെ അത് വ്യാപിക്കുവാൻതുടങ്ങി.

ആ രാത്രിയുടെ ബാക്കിഭാഗം ആകെ ആ നഗ്നത ഒന്നും മറയ്ക്കപ്പെടാതെ ഒഴുകി ഇറങ്ങുന്നത് തടയാതെ അങ്ങനെത്തന്നേ, പെൺകുട്ടികൾ ആയിരുന്ന ആ കൊഴുത്ത സ്ത്രീകൾ ആ ലഹരിയിൽ അവിടെ ആ കിടക്കയിലേക്ക് കുമ്പിട്ട് ചാഞ്ഞു കിടന്നു. അവളുമ്മാർ ഓരോരുത്തരുടേയും തുടകൾക്കിടയിൽ നിന്നും കൂടിക്കലർന്ന അത് അപ്പോഴും ചെറു ധാരകളായി ഊറി ഇറങ്ങുന്നുണ്ടായിരുന്നു.

അവ ആ ചിത്രപ്പണിയുള്ള തറയാകെ വ്യാപിച്ചുകഴിഞ്ഞിരുന്നു. ആ ഗന്ധം അവിടുള്ള അന്തരീക്ഷമാകെ നിറഞ്ഞുകഴിഞ്ഞിരുന്നു.

ആ രാത്രി, ആ നക്ഷത്രത്തിന്റെ മർമ്മഭാഗത്തിൽ കിടന്ന സ്ത്രീയെ കൂടുതൽ വികാരാവതി ആക്കി. അങ്ങനെ, വികാരാധീനത്താൽ, ഒരു രാത്രിയിൽ അവർ സർവ്വരും ഉറങ്ങിയപ്പോൾ, സ്വപ്നത്തിൽ അവൾക്ക് എഴുനേല്കുവാൻ സാധിച്ചു. സ്വപ്നത്തിൽ അവൾ മിത്രത്തിന്റെ അടുത്ത് എത്തി, അവനും വ്യക്തമായിരുന്നു അത് സ്വപ്നമായിരുന്നു എന്ന് എങ്കിലും അവർ തമ്മിൽ സംസാരിച്ചു, സ്വപ്നത്തിൽ അവർ തമ്മിൽ സ്നേഹിച്ചു, പ്രേമിച്ചു. അത് അവർ സ്വപ്നത്തിൽ വന്യവും സ്വതന്ത്രവുമായി ഇണചേരുന്നതിൽ അവസാനിച്ചു. അവൻ സ്ഖലിച്ചപ്പോൾ ആ സ്വപ്നം തീർന്നു.

അങ്ങനെ ആ രാത്രിയാൽ അവൾ ഗർഭിണി ആയി. രണ്ടു കുട്ടികൾ അവളുടെ വയറ്റിൽ വളർന്നു, പക്ഷേ അന്നേനു ശേഷം അവൾക്ക് മിത്രത്തിന്റെ അടുത്തേയ്ക്ക് സ്വപ്നത്തിൽ അങ്ങനെ കടന്നുചെല്ലുവാൻ സാധിച്ചില്ല. ആ ഗർഭകാലത്തൊക്കെയും അവൾ അനുഭവിച്ച ലൈംഗീകത്വര ആ കുട്ടികളെ സ്വാധിനിച്ചു.

അസാധാരണമായ ലൈംഗീകവിശപ്പുള്ള രണ്ട് മക്കൾ അവൾക്ക് ജനിച്ചു - സക്കുബസ്, ഇൻകുബസ്.

ആ പ്രസവത്തിനു ശേഷം ഉള്ള രാത്രികളിൽ ഒന്നിൽ പോലും അവൾക്കു അവളുടെ ആസക്തികളെ അടക്കുവാൻ ആയിരുന്നില്ല. എങ്കിലും അവൾക്ക് ഒന്നും ചെയ്യുവാനും ആകുമായിരുന്നില്ല. ഉറങ്ങിയിരുനെങ്കിൽ സ്വപ്നത്തിൽ എഴുന്നേൽക്കാൻ ശ്രമിക്കാമായിരുന്നു, പക്ഷേ അവൾക്ക് ഉറങ്ങാനും കഴിവ് നഷ്ടപ്പെട്ടിരുന്നു.

പിന്നീടുള്ള പൗർണ്ണമികളിലൊക്കേയും ആ പെൺകുട്ടികളെ കാണ്മാൻ അവരവരുടെ കാമുകന്മാർ അവൾക്കുചുറ്റും വരിക പതിവായിരുന്നു. അങ്ങനെ അവളുമാർ അവിടെ വീണ്ടും സ്ഥിരം കാമുകന്മാരുമായി ഇണചേർന്നിരുന്ന രാത്രികൾ ചിലത് കഴിഞ്ഞപ്പോൾ ഉള്ള ആ രാത്രി, വൈകിയപ്പോൾ പൂർണ ബോധത്തിൽ അവൾക്ക് തോന്നി അവൾ എഴുന്നേൽക്കണം എന്ന്. അങ്ങനെ അവൾ എഴുന്നേറ്റു. അവളുടെ കാലുകളിൽ അവൾ നിന്നു. സ്വപ്നത്തിൽ പലവുരു എഴുന്നേറ്റിട്ടുള്ള അവൾക്ക് അത് സ്വപ്നമല്ല എന്ന് ഉറപ്പാണ്.

അവൾ എഴുന്നേറ്റ് രണ്ട് കാലിൽ നിന്നു, അവൾ ആ മുറിക്കുള്ളിൽ നടന്നു. അവിടെ ചെറുതായി ഓടി. പിന്നൊന്നും ആലോചിക്കാൻ നില്കാതെ അവൾ പുറത്തേയ്ക്കു ഇറങ്ങി ഓടി. ആ രാത്രിയിലൂടെ അവൾ തന്റെ മിത്രത്തിനടുത്തേയ്ക്ക് ഓടി.
മിത്രത്തിന്റെ അറയ്ക്കു മുൻപിൽ എത്തിയ അവൾ ആ വാതിൽ തുറന്നു അകത്തു കയറി. സ്വപ്നത്തിൽ വരുന്ന അവളെയും കാത്തു അവൻ ഉറങ്ങുന്നത് അവൾ കണ്ടു. ഇനി എന്തിന് സ്വപ്നം, അവൾ അവനെ കുലുക്കി ഉണർത്തി. അവൻ കണ്ണുകൾ തുറന്നു. "ഇത് സ്വപ്നമല്ല" അവൾ പറഞ്ഞു. അവനും പറഞ്ഞു, "ഇത് സ്വപ്നമല്ല". രണ്ട് പേർക്കും വിശ്വസിപ്പാൻ കഴിയുമായിരുന്നില്ല. അവൻ ആവിശ്യപെട്ടിട്ട് അവൾ കൈകൾ ഓരോന്നും ഉയർത്തിയും

താഴ്ത്തിയും കാട്ടി. കാലുകൾ മടക്കിയും നൂത്തും കാട്ടി. ചാടി കാട്ടി തുള്ളി കാട്ടി. കുറച്ചു നിമിഷങ്ങൾ ആ എക്സൈറ്റ്മെന്റിൽ കടന്നുപോയതിന് ശേഷം അത് അടങ്ങിയപ്പോൾ അവർ ഇരുവരും പുറത്തേയ്ക്കിറങ്ങി. ആ കൊട്ടാരങ്ങളുടെ ഓർച്ചാഡ്സിലേക്ക് അവർ പോയി. അവൻ അവൾക്കുവേണ്ടി നിർമിച്ചു സൂക്ഷിച്ച തോട്ടം ആ രാത്രി അവിടെവെച്ച് അവൻ അവൾക്ക് സമ്മാനിച്ചു. അവർ അവിടെ ആയിരുന്ന് അതികാലം വരെ സംസാരിച്ചു. അതികാലത്ത് അവൾ, രാത്രിയിലും സുഗന്ധം പൊഴിക്കുന്ന ആ പൂക്കൾക്കും പാകമാകാൻ കൊതിച്ചു നിൽക്കുന്ന കുട്ടികായ്കൾക്കും ഇടയിൽ നിന്ന് എഴുനേറ്റു പുറത്തേക്കുവന്നു, അവൾക്ക് ഉറങ്ങണം എന്ന് തോന്നിയിരുന്നു.

അവൻ അവളെ അവളുടെ ആ അറയിലേക്ക് അനുഗമിച്ചു. അവിടെ ഇതൊന്നുമറിയാതെ ആ കട്ടിലിന് ചുറ്റും അതിലേക്കു തലവെച്ച് ആ പെൺകുട്ടികൾ ഇരുന്നുറങ്ങുന്നുണ്ടായിരുന്നു. അതിന് നടുക്ക് ആ കട്ടിലിന്മേൽ സാധാരണ ഇതുവരെ കിടന്നിരുന്നപോലെ അവളും കിടക്കുന്നുണ്ടായിരുന്നു.

ആ വാതിൽക്കൽ നിൽക്കുന്ന അവർ രണ്ട് പേർക്കും വലിയ അഡ്രിനാലിൻ റഷ് ഉണ്ടാവണമല്ലോ. അത് ഉണ്ടായി. അവളുടെ ആ ഇമ്പ്രോമെന്റ് തങ്ങൾക്ക് നൊമ്പരമാണോ സന്തോഷമാണോ ഉണ്ടാക്കേണ്ടത് എന്ന് മാത്രം ആ രണ്ടു പേർക്കും അറിയില്ലായിരുന്നു. കുറച്ചുനിമിഷം നീണ്ടു നിന്ന ആ ഞെട്ടലിൽ നിന്നും ആദ്യം മോചിതനായത് മിത്രമായിരുന്നു. അവൻ സ്തംഭിച്ചു നിൽക്കുന്ന സ്ത്രീയെ ആശ്വസിപ്പിക്കുവാൻ ശ്രമിച്ചു. "ഞാൻ മരിച്ചുവോ?" അവൾ അവളോടുതന്നെ ചോദിച്ചു.

"ഇല്ല നീ മരിച്ചിട്ടില്ല." അവൻ പറഞ്ഞെങ്കിലും അവൾക്ക് അത് ഉറപ്പിക്കാനായത് അവളുടെ കട്ടിലിൽ കിടക്കുന്ന ശരീരം ആ ഞെട്ടൽ മൂലം ശക്തമായി ശ്വാസം എടുത്തുകൊണ്ടിരുന്നത് കണ്ടപ്പോളാണ്.

ഇപ്പോൾ, ആ ശ്വാസോച്ഛാസം വിത്യാസപ്പെട്ടത് അറിഞ്ഞ് ഉണർന്ന ആ പെൺകുട്ടികൾ വിഭ്രാന്തിയുടെ തങ്ങൾക്കുള്ള ന്യായമായ വീതം അനുഭവിക്കുകയായിരുന്നു, അവർ ഒരു ജോഡി ആ സ്ത്രീയെ കണ്ടുവല്ലോ, ഒന്ന് കട്ടിലിലും ഒന്ന് പടിക്കലുമായി.

മാസങ്ങൾ കടന്നു പോയി. ആ ശരീരത്തിൽ നിന്നും എഴുനെറ്റുവന്ന ആ സ്ത്രീക്ക് ഇപ്പോഴേയ്ക്കും ആ മാളിക അവളുടെ വീടായി കഴിഞ്ഞിരുന്നു.

അവൾ അവിടെ ഒരു റാണിയെ പോലെ ആയിരുന്നു. അവരുടെ ഉന്നത നേതാവിന്റെ കൺസോർട്ടിന് തീർച്ചയായും അയാൾക്ക് ലഭിക്കുന്ന അതേ റെസ്പെക്റ്റും അധികാരവും ലഭിക്കും പക്ഷേ ഇതതുമാത്രം അല്ല, അവൾ അവനെ ഇപ്പോൾ ഭരണത്തിൽ സഹായിക്കും. സ്വയപര്യാപ്തതയ്ക്കും സുസ്ഥിരജീവിതത്തിനും അവൾ നിലവാരമുള്ള പല ആശയങ്ങളും നിർമ്മിതികളും മുന്നോട്ടുവെക്കും ജനതയ്ക്ക് ഗുണകരമായ പല പരിഷ്കാരങ്ങളും സ്വമേധയാ കൊണ്ടുവരും. ഇതെല്ലാം ചെയ്യാൻ അവൾക്ക് വളരെ ശക്തമായ ആജ്ഞാശേഷി ഉണ്ട്. അവസരങ്ങളിൽ അവളുടെ ആ സുഹൃത്തിനേപ്പോലും നിഷ്ഭ്രമമാക്കുകയും അവനെ ഡോമിനേറ്റ് ചെയ്യുകയും നിയന്ത്രിക്കുകയും പോലും ചെയ്യാൻ അവൾക്ക് സാധിക്കുന്നുണ്ട്. ആ പെൺകുട്ടികൾ ഇപ്പോഴും അവളോട് ചേർന്ന് കൂടെയുണ്ട്.

അവളുടെ ഐ.ക്യു അവരെ എല്ലാം അമ്പരപ്പിച്ചു. നമ്മളുടെ ബന്ധനത്തിലായ നേതാവിന് പകരം നമ്മൾക്ക് ഒരു രാജ്ഞിയെ കിട്ടിയിരിക്കുന്നുവോ? അവർ എല്ലാവരും ചിന്തിച്ചു. അവർ അങ്ങനെ ചിന്തിക്കുമ്പോൾ അവളോ, അവൾ തന്റെ ജീവിതവും പുതുതായി

കണ്ടെത്തിയ സ്വാതന്ത്ര്യവും എല്ലാം ആസ്വദിക്കുകയായിരുന്നു.

20

ഈ സമയം ആ പുരുഷനും മാറിപ്പോയിരുന്നു. അവൾ ഇല്ലാത്ത ജീവിതം ഒരു രീതിയിലും വ്യത്യസ്തം ആയിരിക്കുകയില്ല എന്ന് കോപത്തോടെ പ്രഖ്യാപിച്ച ശക്തനും അചഞ്ചലനും ആയ പുരുഷൻ അവസാനം വിഷാദത്തിന്റെ പല ഘട്ടങ്ങളിൽക്കൂടി വീണുകഴിഞ്ഞിരുന്നു. സർവ്വതിലും താല്പര്യം നഷ്ടപ്പെട്ടു. സംസാരം ഇല്ല, ജോലികൾ ഒന്നും ചെയ്യാറില്ല, ആകെ മൂകം.

അവന്റെ സൃഷ്ടാക്കളും ആകുലരായിരുന്നു. തങ്ങൾ പ്രവർത്തിക്കണം എന്ന് മനസ്സിലാക്കി അവർ ഗൗരവമേറിയ ചർച്ചകൾ അനവധി നടത്തി. വിത്യസ്തമായ രണ്ട് മണ്ണിൽ നിന്നുള്ള 'തുല്യരായ' രണ്ട് വ്യക്തികൾ തമ്മിലുള്ള നാശത്തിൽ അവസാനിച്ച ഇടപെടലിന്റെ ആ ചരിത്രം, അവന്റെ ഈ അവസ്ഥ ഉൾപ്പടെയുള്ള അതിന്റെ പരിണിതഫലങ്ങളോടൊപ്പം പഠനവിധേയമാക്കി വിശകലനം ചെയ്തപ്പോൾ, അവർ കൺക്ലൂഡ് ചെയ്തു, ആദ്യത്തെ സ്ത്രീ പോയപ്പോൾ സൃഷ്ടിക്കപ്പെട്ട ആ ശൂന്യ സ്ഥിതിയെ സംഹരിക്കുവാൻ മറ്റൊരു സൃഷ്ടി നടത്തുന്നുവെങ്കിൽ അത് വേറിട്ട ഒരു രീതിയിൽ ആയിരിക്കണം. പക്ഷേ..

അങ്ങനെയൊന്ന് കണ്ടെത്തുവാൻ ഇനിയും സമയം ഏറെ എടുക്കും.

"അതുവരെ പുരുഷനെ മരുന്നുകളിൽ നിർത്ത്" അവന്, അവന്റെ വൈകാരിക സമ്മർദ്ദവും ഡിപ്രെഷനും അകറ്റാൻ ഗഞ്ചാ(വ്) കൊടുക്ക്". "അവനെ സന്തോഷവാൻ ആക്കുവാൻ, അവന് ഒരു പരിഹാരം ഉറപ്പ് കൊടുക്ക്." അനുനാക്കികൾ തമ്മിൽ അങ്ങനെ പറഞ്ഞു തീരുമാനിച്ചു.

ഇതിനിടയിൽ വരുണൻ ആദത്തെ ഈ ഡിപ്രെഷനിൽ നിന്നും ഒറ്റപെടലിൽനിന്നും ഒക്കെ രക്ഷിക്കിക്കുവാൻ ഒരു ആശയം മുന്നോട്ടുവെച്ചു. വരുണൻ ഭൂമിയിലേക്കിറങ്ങിച്ചെന്നു.

അവിടെനിന്നും അവൻ വിളിച്ചിട്ട് സർവ്വ പക്ഷിമൃഗാദികളിലും പെട്ടവ ഏദന്റെ പരിസരത്ത് അണിനിരന്നു. ആ ഭൂമിയിൽ ഉള്ള എല്ലാ തരത്തിലുള്ള മൃഗങ്ങളെയും പക്ഷികളെയും അവൻ അവിടെ കൊണ്ടുചെന്നു നിർത്തി. അവൻ അവരുടെ മുൻപിൽ അവതരിപ്പിച്ച ആ മണ്ടൻ സിദ്ധാന്തം അവർ വരുണനെ മാനിച്ച് സമ്മതിച്ചു. അവർ അവയെ ആദത്തിന്റെ മുന്നിൽ നിർത്തി. അവർ അവനോട് പറഞ്ഞു, "മനുഷ്യാ ഇത് കണ്ടോ വൈവിധ്യമാർന്ന ജന്തുക്കൾ! "നീ ഒരു കാര്യം ചെയ്ക, നീ ഞങ്ങളെ ഒന്ന് സഹായിക്ക" "നീ തൽക്കാലം തോട്ടംപണിയൊന്നും ചെയ്യണ്ട. പല തരത്തിൽ പെട്ട വ്യക്തിത്വങ്ങളും സ്വഭാവങ്ങളും ഉള്ള ജീവിവർഗ്ഗങ്ങളാണ് ഇവയെല്ലാം. ചിലവ ഇവിടെ പരിണമിച്ചതും, ചിലവ ആ പരിണമിച്ചവയെ ഞങ്ങൾ പരിഷ്കരിച്ചതും, ചിലവ പൂർണമായും ഞങ്ങളാൽ സൃഷ്ടിക്കപ്പെട്ടതും ആണ്." "നീ ഒരു കാര്യം ചെയ്ക നീ ഇവയുടെയൊക്കെ അടിസ്ഥാന സ്വഭാവങ്ങളും വിശേഷങ്ങളും പഠിക്കുകയും രേഖപ്പെടുത്തുകയും ഇവയ്കൊക്കെയും ഓരോ പേര് ഇടുകയും ചെയ്ക" "മടിക്കാതെ ഈ പുതിയ ജോലി സ്വീകരിക്ക."

ഒരു സഹചാരി ഇല്ലാത്ത ആദത്തെ ഈ ഡിപ്രെഷനിൽ നിന്നും ഒറ്റപെടലിൽനിന്നും ഒക്കെ രക്ഷിക്കുവാൻ പക്ഷിമൃഗാദികളുടെ ഇടപെടലിനും സ്നേഹത്തിനും കഴിയും എന്ന് ഉറപ്പോടെ സംസാരിച്ച വരുണൻ വെറും ബാലിശമായാണ് ആ സന്നർഭത്തിൽ ചിന്തിച്ചത് എന്ന് അറിയാമായിരുന്നെങ്കിലും അവനെ മാനിച്ച് അത് ചെയ്യാൻ തീരുമാനിച്ചപ്പോൾ, അവർക്ക് അറിയാമായിരുന്നു ആ ജോലി ആദത്തെ കുറച്ചുകാലത്തേക്ക് തിരക്കുള്ളവനാക്കി നിർത്തുക എങ്കിലും ചെയ്യുമെന്ന്. ആ സമയം മതി അവർക്ക് ഹയർ അതോറിറ്റിയുമായി കോൺടാക്ട് ചെയ്യുകയും ആദാമിന്റെ കാര്യത്തിൽ ഉള്ള അവരുടെ നിർദേശം എന്താണെന്ന് അറിയുകയും ചെയ്യാൻ.

പക്ഷേ ദിവസങ്ങൾ കടന്ന് പോയപ്പോൾ വരുണൻ അവരോട് തറപ്പിച്ചു പറഞ്ഞിരുന്നത് പതിയെ പതിയെ സത്യമായി തുടങ്ങുന്നത് സൃഷ്ടിക്കുക വരെ ചെയ്തിട്ടുള്ള ആ ഏഴ് അതിസമർത്ഥന്മാർ അത്ഭുതത്തോടെ കണ്ടു, ആ പക്ഷിമൃഗാദികളുടെ ഇടപെടൽ ആദാമിനെ മെച്ചപ്പെടുത്തി തുടങ്ങുന്നു. അവൻ അവയെ ഒരുപാട് സ്നേഹിച്ചു. സമയം കടന്ന് പോയി. അവൻ അവയെയെല്ലാം പഠിച്ച് തന്നേ ഏല്പിച്ച ജോലി പൂർത്തിയാക്കി. അപ്പോഴും അവയിൽ നിന്നും ഒന്നിനെ പോലും തന്റെ സഹചാരി ആക്കിയില്ല. മനുഷ്യനോ മൃഗമോ, വീണ്ടും ഒരു ജന്തുവിനെ വിശ്വസിക്കുവാൻ അവൻ ഒരുക്കമായിരുന്നില്ല.

ജോലി ചിട്ടയോടെ പൂർത്തിയാക്കി അത് അനുനാക്കികൾക്ക് കൈമാറുമ്പോൾ അതെന്തുകൊണ്ട് എന്ന് അവർ അവനോട് ചോദിച്ചപ്പോൾ, അവൻ അനുനാക്കികളോട് പറഞ്ഞ മറുപടി, "ഒരുവന് തന്നേതന്നെ അല്ലാതെ ആരെയും വിശ്വസിക്കുവാൻ ആവുകയില്ല ഒരുവൻ തന്നേതന്നെ അല്ലാതെ ആരെയും സ്നേഹിക്കുവാൻ പാടുള്ളതും അല്ല. ആർക്കും അവന് എതിരേ തിരിയാനാകും, അവന് ഒഴികെ.

ആരെയും കൂടെ കൂട്ടാതെ ആദിമനുഷ്യൻ വീണ്ടും ഏദൻ എന്ന ആദി വനത്തിന്റെ അന്തരംഗങ്ങളിൽ എവിടേക്കോ നടന്നു കയറിപ്പോയി. .

അവൻ എഴുതി തയാറാക്കിയ ആ വമ്പൻ റിപ്പോർട്ടിന്റെ ആധികാരികതയും എന്നാൽ ഓരോ മൃഗങ്ങൾക്കും പേരുകൊടുക്കുന്നതിൽ അവൻ പ്രകടമാക്കിയ ഭാവനയും അവർ ഓരോതാളുകളും മറിച്ച് കണ്ടു. ആ സൃഷ്ടികളേ പറ്റിയുള്ള അനുനാക്കികളുടെ കൈവശമുള്ള ഏറ്റവും ആധികാരികവും ക്രോഡീകരിക്കപ്പെട്ടതുമായ പുസ്തകം അന്നുമുതൽ അതായിത്തീർന്നു. അവൻ കൊടുത്ത പേരുകളൊക്കേയും തന്നേ അന്നുമുതൽ പിന്നെയങ്ങോട്ട് ഉപയോഗിച്ചും വന്നു.

ആ സ്ത്രീ പോയ കാലത്ത് തുടങ്ങിയ മരുന്നും പുകയും ഓക്കെ ഇപ്പോഴും പിന്തുടരുന്നുണ്ടായിരുന്നു എങ്കിലും അന്ന് ആ പോക്ക് പോയ ആദം വീണ്ടും കൂടുതലായി ഡിപ്രെഷ്യനിലേക്ക് മുങ്ങി താഴുകയായിരുന്നു. അവന്റെ, ആക്ടിവിറ്റി സർക്കിൾ അവൻ അനുവദിച്ച മുഴുവൻ തോട്ടം എന്നതിൽ നിന്നും ചുരുങ്ങി അവന് ഏതാനം മീറ്ററുകൾ ചുറ്റളവിലേക്ക് മാത്രമായി ഇതിനകം ഒതുങ്ങിയിരുന്നു. അത് ഇപ്പോൾ വീണ്ടും ചുരുങ്ങി ചുരുങ്ങി അവസാനം അവൻ ഒരിടത്ത് ഒരേ ഇരിപ്പ് ഇരിക്കുന്ന അവസ്ഥയിൽ ആയി.

അങ്ങനെ ഉള്ള ഇരുപ്പിൽ എപ്പോഴോ അവന്റെ സ്വപ്നത്തിൽ ആരോ അവനോട് ഒരു വാക്ക് സ്ഥിരമായി ഉരുവിടുവാൻ പറഞ്ഞു "####" എന്നായിരുന്നു ആ വാക്ക്. അത് അവന് ഒരു തുണയെ ലഭിക്കുവാൻ സഹായിക്കും എന്ന് അവൻ സ്വപ്നത്തിൽ അറിഞ്ഞു.

അവന്റെ ഡിപ്രെഷന്റെ പ്രാരംഭഘട്ടത്തിൽ തന്നേ അവന് അനുനാകികൾ കൊടുത്തിരുന്ന ആ മരുന്നും ഇടയ്ക്ക് പുകച്ചു വലിച്ച് അവൻ "####"എന്ന് മന്ത്രിച്ച് അവിടെ ഇരുന്നു, ചന്ദ്രന്മാരുടെ ഉദയങ്ങൾ അസ്തമയങ്ങൾ പൗർണ്ണമികൾ മകരസംക്രാന്തികൾ ഒക്കേയും അനേകം പോയപ്പോഴും അവൻ അത് തുടർന്നു. ദൈവങ്ങളുടെ രൂപത്തിൽ സൃഷ്ടിക്കപ്പെട്ടവനെങ്കിലും അവൻ വെറുമൊരു ജന്തുവിൽ കൂടുതൽ ഒന്നുമല്ലായിരുന്നതിനാൽ ആണോ എന്തോ, അത് അത്ഭുതം ഒന്നും കാണിച്ചില്ല എന്ന് തോന്നുന്നു. എങ്കിലും അവൻ വീണ്ടും അവന് തോന്നുമ്പൊരൊക്കെ "####" എന്ന് അവന് ചൊല്ലിക്കൊടുത്ത അതേ താളത്തിൽ ഉച്ചരിച്ചുകൊണ്ടിരുന്നു.

ഒരു രാത്രി സ്ത്രീ ആദാമിന്റെ സ്വപ്നത്തിൽ വന്നു, അവൻ ആകെ തകർന്ന് എല്ലാത്തിൽ നിന്നും വളരെ ഡിറ്റാച്ഡ് ആയിതീർന്നു എന്നറിഞ്ഞു വന്നതാണ് അവൾ. അവൾ അവനെ കണ്ടു. അവൾ

അവനെ സഹായിക്കേണ്ടതാകുന്നു എന്നവൾ മനസിലാക്കി. അവൾ തിരികെ പോയി.

പിന്നെ ദിവസങ്ങളോളം അവൾ അവിടേയ്ക്ക് തിരികെ വരികയോ അവനെ കാണുകയോ ചെയ്തില്ല. ശേഷം ഒരു രാത്രി അവൾ അവന്റെ അടുക്കൽ വീണ്ടും വന്നു. "എനിക്കറിയാം ആദം, നീ വളരെ പാവമാണ് നീ ഇങ്ങനെ ആയി പോകുന്നത് എന്നേ വിഷമിപ്പിക്കുന്നുണ്ട്. നിന്നെ സഹായിക്കാൻ ഒരു വഴിയും കൊണ്ടാണ് ഞാൻ വന്നിരിക്കുന്നത്. "####" ഇങ്ങനെ ഒന്ന് പറഞ്ഞേ"

"####"

"നല്ലത്. ഇത് തന്നേ പറ്റുമ്പോഴെല്ലാം പറ്റുന്ന അത്രയും തവണ പറഞ്ഞുകൊണ്ടിരിക്ക്, നിനക്ക് നന്മ വരും. ഇനി എന്നേലും കാണാം"

"അല്ല, ഞാൻ ഇതിനോടകംതന്നേ ഇതു കാലങ്ങളായി ചെയ്യുന്നുണ്ട്" ആദം പറഞ്ഞു.

"ഉവ്വോ എങ്കിൽ നല്ലത് ഞാൻ പോകട്ടേ." അവൾ യാത്രപറഞ്ഞു.

ആദം വീണ്ടും "####"എന്ന ആ വാക്ക് അവൻ അത് ആദി കേട്ട അതേ താളത്തിൽ ഉച്ചരിക്കുന്നത് തുടരുവാൻ തുടങ്ങി വീണ്ടും പൗർണ്ണമികൾ കടന്നു പോയി.

സ്ത്രീ അവനെ സഹായിക്കാനാണോ നശിപ്പിക്കാനാണോ നോക്കിയത്? ആദമിനെ നോക്കിയാൽ അവന് മാറ്റം ഒക്കെ വന്നു. മര്യാദക്ക് ഒരിടത്തു കുത്തി ഇരുന്നവൻ ഇപ്പോൾ വിഭ്രാന്തി ഒക്കെ കാട്ടാൻ തുടങ്ങി, കാതിൽ എന്തോ ശബ്ദമൊക്കെ കേൾപ്പാൻ തുടങ്ങി. പിന്നെ പിന്നെ അവൻ തനിയെ സംസാരിപ്പാനും വിശേഷം പറയുവാനും തുടങ്ങി.

ഇപ്പോഴും അവൻ മന്ത്രോച്ചാരണം നിർത്താതെ നടത്തിപ്പോന്നു, അനുനാകികൾ കൊടുത്ത മരുന്ന് ഇപ്പോഴും മുടങ്ങാതെ കഴിച്ചും വലിച്ചും പോന്നു.

പല പരീക്ഷണങ്ങളിലുമായി രണ്ടു കാലിൽ നടക്കുന്ന പല ബ്രീഡ് ജീവികളെ അനുനാക്കികൾ ഉണ്ടാക്കിയിരുന്നുവല്ലോ ആ ഓരോ ഇനത്തിൽ നിന്നും ചിലവയെ തിരിയെ പിടിച്ചുകൊണ്ടുവന്ന് അതിൽ ഏതേലും ഒന്നിൽ നിന്ന് അവന് യോജിക്കുന്ന ഒരു ഫീമെയിൽ ടൈപ്പിനെ ഉണ്ടാക്കുവാൻ ഈ കാലമത്രയും തത്രപ്പാടുകൊണ്ടിരിക്കുകയായിരുന്ന അനുനാക്കികളുടെ ലാബിൽ, ഈ സമയത്ത്, ഒരു ദിവസം, വെയിൽ ആറിയപ്പോൾ-

"വാ, നമുക്ക് പോയി ആദം എന്താണ് ചെയ്യുന്നത് എന്ന് നോക്കാം" ചില അനുനാകികൾ പ്രത്യേകിച്ച് ട്രിഗർ ഒന്നും ഇല്ലാതെ തീരുമാനിച്ചു.

അങ്ങനെ അവർ തയാറായി ഇറങ്ങി. കാലങ്ങൾക്ക് ശേഷം അവന്റെ അടുത്തേയ്ക്ക് ഏഴിൽ മൂന്ന് പുറപ്പെട്ടു.

മണിക്കൂറുകൾക്കുശേഷം അനുനാക്കികളുടെ ലാബ്-

ആദാം മാറിയിരിക്കുന്നു!! ആ സത്യം മനസ്സിലാക്കി വാർത്തയുമായി ആദമിനെ കാണ്മാൻ പോയവർ, അവർ മടങ്ങി എത്തിയിരുന്നു "ആദാം മാറിയിരിക്കുന്നു!!"

"ആദം തന്നോടുതന്നെ സംസാരിക്കുവാനും കഥകൾ പറയാനും തുടങ്ങിയിരിക്കുന്നു, അതേ ആദമിന് ഇരട്ട-വ്യക്തിത്വ വൈകല്യം വന്നിരിക്കുന്നു" അവർ മറ്റുള്ളവരെ അറിയിച്ചു. എല്ലാവരും തമ്മിൽ തമ്മിൽ നോക്കി. കൃത്യമായ പഠനങ്ങൾ ഇല്ലാതെ ഒന്നിലും ഇടപെടുക അവരുടെ രീതി അല്ലായിരുന്നു.

അവരുടെ മറ്റു എല്ലാ സൃഷ്ടികളുടെയും കാര്യത്തിൽ എന്നപോലെ ആ മനുഷ്യ ജോഡിയുടെ കാര്യത്തിലും അതുവരെയും

ചെയ്തിരുന്ന ആ പ്രോട്ടോക്കോൾ പ്രകാരം, അവന്റെ മാറ്റങ്ങളിൽ അനാവശ്യമായി ഇടപെടാതെ, ഇത് എങ്ങോട്ടാണ് നീങ്ങുന്നത് എന്നറിയാൻ അവർ തീരുമാനിച്ചു.

ബാക്കി എല്ലാ പ്രവർത്തനങ്ങളും നിർത്തിവെച്ച് അവർ, തങ്ങൾ നിർമിച്ച ആ മനുഷ്യനെ തീക്ഷ്ണമായി നിരീക്ഷിക്കുവാൻ തുടങ്ങി.

കുറച്ചു കാലത്തിനുള്ളിൽ അനുനാകികളെ അത്ഭുതപ്പെടുത്തിക്കൊണ്ട് അവനിൽ കൂടുതൽ മാറ്റങ്ങൾ വന്നു. അവനിൽ എന്നാൽ അവന്റെ ശരീരത്തിൽ. ശരീരത്തിൽ എന്നാൽ അതിന്റെ വശത്തിൽ. വശത്തിൽ എന്നാൽ ഇടതുവശത്തിൽ. ഇടതുവശത്തിൽ എന്നാൽ ഇടതുവശത്തിൽ മാത്രം. അവന്റെ ശരീരത്തിന്റെ, ഇടതുവശത്തിൽ മാത്രം.

ആ വചനത്തിന്റെ നാദത്തിന്റെ താളത്തിന്റെ പ്രവർത്തനത്താൽ, അവനിലെ കിങ്ങുവിന്റെ മാന്ത്രിക ജീനുകൾ ഉണർന്നു. അത് പ്ലൂറിപൊട്ടൻറ്റ് ആയ ചില കോശങ്ങളെ ആക്ടിവേറ്റ് ചെയ്തു. അത് അവന്റെ ഇടത്തേ പകുതി ആകെ സ്ത്രീയാക്കി മാറ്റിക്കളഞ്ഞു.

ഇപ്പോൾ ആദം എന്ന് ആ മനുഷ്യൻ ഒരു ഹെർമാഫ്രോഡേറ്റാണ്. വലതുവശം പുരുഷൻ, ഇടതുവശം മുലയുള്ള ഒരു സ്ത്രീ. പകുതി ആണ് പകുതി പെണ്ണ്. അതാണ് ഇപ്പോൾ പുരുഷൻ.

അവർ എലോഹിമിനെ കോൺടാക്ട് ചെയ്യുകയും ഈ ഡെവലപ്മെന്റ്സിനെ പറ്റി ധരിപ്പിക്കുകയും ചെയ്തു.

ഫീമെയിൽസിനെ ഉണ്ടാക്കാൻ ശ്രമിക്കുന്നുണ്ടായിരുന്നെങ്കിലും സൃഷ്ടാക്കൾക്ക് മുൻപുതന്നെ ഉറപ്പായതായിരുന്നു എത്ര കഴിവുപയോഗിച്ച് ആ പുതിയ സ്ത്രീയെ അവർ നിർമിച്ചുകൊടുത്താലും അവൻ അവളെ സ്വീകരിച്ചേക്കില്ല. അവർ അവനോട് ആവിശ്യപെട്ടാൽ മുൻപ് ചെയ്ത പോലെ അവൻ ആ പുതിയ സ്ത്രീയോടും അഡ്ജസ്റ്റ് ചെയ്ത് പോകുമായിരിക്കും.

പക്ഷേ അത് മര്യാദ അല്ല പുരുഷൻ ആവശ്യത്തിൽ അധികം അനുഭവിച്ചു കഴിഞ്ഞു.

"എല്ലാ റിസേർച്ചുകളും നിർത്തികളക. സർവ്വ ജന്തുക്കളെയും വീണ്ടും ഭൂമിയിലേക്ക് മോചിപ്പിച്ചേക്കുക! അവന് തള്ളിക്കളയാനാവാത്ത ഒരു കംപാനിയൻ അവനിൽ തന്നേ ജനിച്ചു കഴിഞ്ഞു. ആ മാന്ത്രിക രക്തത്താൽ നിർമിക്കപ്പെട്ട ആ ശരീരം തന്നേ അങ്ങനെ അതിനു മുന്നോട്ടേക്കുള്ള വഴി വെളിപ്പെടുത്തിയിരിക്കുന്നു"

ആ തിരിച്ചറിവ് അവരെ അങ്ങനെ ആ ഒറ്റ പരിഹാരത്തിലേക്ക് നാരോ ഡൗൺ ചെയ്യിച്ചു. അതേ എലോഹിം അത് അവരോട് അന്നൗൻസ് ചെയ്തു. ക്ലോണിങ് ആണ് ഉത്തമമായ പോംവഴി. ബിയോളോജിക്കൽ ആയും ഇമോഷണൽ ആയും അവൾ നൂറ് ശതമാനവും അവനിൽനിന്നുമാണ് നിർമ്മിക്കപ്പെടുന്നത്, ഒരു മായം ചേർക്കലുകളും ഇല്ലാതെ. ഒന്നും ഭയക്കാൻ ഇല്ലാതെ. സാങ്കേതികമായി പറഞ്ഞാൽ അവൾ അതേ ആദത്തിന്റെ ഒരു സ്ത്രീ പതിപ്പാണ്. കൂടുതൽ കൃത്യതയോടെ പറഞ്ഞാൽ അവന്റെ ഉള്ളിൽ നിന്നും ഉള്ള സ്ത്രൈണത, വേർതിരിച്ചെടുത്ത സ്ത്രീത്വം.

അവന് അവളെ സ്വീകരിക്കുവാൻ സാധിക്കും എന്ന് മാത്രമല്ല തിരസ്കരിക്കുവാൻ ഒരു കാരണവും കണ്ടെത്താനുമാവില്ല. കാരണം അവൾ അവൻതന്നെയാണ് അവൾ എന്താണോ അത് മൊത്തമായും അവനാണ്. അവൻ ഒരിക്കൽ പറഞ്ഞത് പോലെ ഒരുവന് അവനെത്തന്നെ അല്ലാതെ മറ്റാരെയും വിശ്വസിക്കുവാൻ ആവുകയില്ല. അതിനാൽ ഇവിടെ ഇതാ അവനും ആ അവൻതന്നേ അവന്റെ മുൻപിലും. അവൻ അവളെ വിശ്വസിച്ചില്ല എങ്കിൽ അവൻ അവനെ വിശ്വസിക്കുന്നില്ല എന്നാകും അതൊരിക്കലും സംഭവിക്കത്തും ഇല്ല. അവർ അവനെ ഒരു ഗാഢ നിദ്രയിൽ ആക്കി.

പറയുവാൻ മറന്നു, അനുനാക്കികൾക്കു കഞ്ഞിയും ഭക്ഷണവും മാംസവും ഓക്കെ പാകം ചെയ്തു കൊടുക്കുവാനും അവിടുത്തെ

മറ്റു വീട്ടുപണികൾ ചെയ്യുവാനും അവരുടെ പാനപാത്രം വഹിക്കുവാനും ചില അസുരന്മാരെ ആയിരുന്നു അനുനാക്കികൾ ഉപയോഗിച്ചിരുന്നത്.

അനുനാക്കികൾ ആദത്തെ ഒരു ഗാഢ നിദ്രയിൽ ആക്കി. എന്നിട്ട് അവളെ അവനിൽ നിന്ന് വേർതിരിച്ചെടുക്കാനുള്ള പ്രവർത്തനങ്ങൾ

തുടങ്ങി....

ആമേൻ.

www.ingramcontent.com/pod-product-compliance
Lightning Source LLC
Chambersburg PA
CBHW040121150726
48005CB00015B/2313